AF519576

ബീന റോയ്

കോട്ടയം ജില്ലയിലെ രാമപുരത്ത് ജനനം. യു.കെ.യിലെ ഗ്രീൻവിച്ച് യൂണിവേഴ്സിറ്റിയിൽനിന്നു ബിരുദപഠനം. ഇംഗ്ലണ്ടിന്റെ പൂന്തോട്ടമെന്നറിയപ്പെടുന്ന കെന്റിൽ കുടുംബസമേതം താമസം.

കാവ്യാസ്വാദകർക്കിടയിൽ നല്ല സ്വീകാര്യത ലഭിച്ച 'ക്രോകസിന്റെ നിയോഗങ്ങൾ' എന്ന 70 കവിതകളടങ്ങിയ ആദ്യകവിതാസമാഹാരം 2018ൽ ലണ്ടനിൽ പ്രകാശനം ചെയ്തു.

'പെട്രോഗ്രാദ് പാടുന്നു' എന്ന ഹൃദ്യതയാർന്ന രണ്ടാമത്തെ കവിതാസമാഹാരം 2020 ൽ പ്രസിദ്ധീകൃതമായി. കൈരളി ബുക്സാണ് പ്രസാധകർ.

'സമയദലങ്ങൾ' എന്ന പ്രഥമനോവൽ ഷാർജ ഇന്റർനാഷണൽ ബുക്ക് ഫെയറിൽവച്ച് 2021ൽ പ്രകാശിതമായി.

വിജയ് യേശുദാസ് പാടി മനോഹരമാക്കിയ 'വെൺനൂലുപോലെയീരാമഴ...' എന്ന ഗാനമുൾപ്പെടെ, 'ഇന്ദീവരം', 'ബൃന്ദാവനി', 'നിലാത്തുള്ളി', 'സ്വരദക്ഷിണ', എന്നീ സംഗീത ആൽബങ്ങളിലായി പന്ത്രണ്ട് ഗാനങ്ങൾ എഴുതിയിട്ടുണ്ട്.

അകം, കേരളകൗമുദി, ജ്വാല, ആഴ്ചവട്ടം മുതലായ പ്രസിദ്ധീകരണങ്ങളിലും, ഓൺലൈൻ/സോഷ്യൽമീഡിയകളിലും സജീവസാന്നിധ്യം. 2017ൽ ലണ്ടൻ മലയാള സാഹിത്യവേദിയുടെ കവിതാമത്സരത്തിൽ പ്രഥമസ്ഥാനം കരസ്ഥമാക്കിയിട്ടുണ്ട്.

Email: beenaroy222@gmail.com

Malayalam Language
Saramadhu
(Novel)
by
Beena Roy
♦
Published in September 2022
by Kairali Books Private Limited
Thalikkavu Road, Kannur-670 001
Ph : 0497-2761200
E-Mail : kairalibooksknr@gmail.com
♦
Cover Design
Rajesh Chalode
♦

Price ₹ : 170.00
45/22-23/Sl.No.1350/500/NS 18.6
ISBN 978-93-49727-92-2

സാരമധു

ബീന റോയ്

കൈരളി ബുക്സ്

Oh...let me fall,
Fall into the depths of thy crimson heart
Deep deep down
I will find a seed
The very seed of thine perpetual love

Beena Roy

പേരിന്റെ ആന്തരിക തലങ്ങൾ

ബീനാ റോയ്

ചില നേരങ്ങളിൽ ചില പ്രത്യേക നിമിത്തങ്ങൾ നമ്മുടെ വഴിയിലേക്ക് സ്വയം കടന്നുവരും. 'സാരമധു' എന്ന നോവലിന്റെ കഥാതന്തു പിറന്നത് അങ്ങിനെ ഒരു യാത്രയിൽനിന്നാണ്.

ശാന്തവും പ്രസന്നവുമായ ഒരു വേനൽക്കാലദിനത്തിലായിരുന്നു ഇംഗ്ലണ്ടിലെ ബുദ്ധിസ്റ്റ് മൊണാസ്ട്രിയിലേക്കുള്ള എന്റെ ആദ്യയാത്ര. മതേതര സ്വഭാവമുള്ളത് എന്ന് അസന്ദിഗ്ദ്ധമായി പറയാവുന്ന ഒരിടം. മനുഷ്യർ, അവർ ആയിരിക്കുന്ന അവസ്ഥയിൽ സ്വാഗതം ചെയ്യപ്പെടുന്ന ഒരു പ്രിയസ്ഥലം. ലളിതജീവിതവും, പരസ്പരം സഹായിക്കാനുള്ള സന്നദ്ധതയും ഇവിടം ആത്മാന്വേഷികളുടെ പ്രിയപ്പെട്ടതാക്കി മാറ്റുന്നു. ഇവിടത്തെ പുസ്തകശേഖരവും, വിശാലമായ ആശ്രമപരിസരവും എന്നേപ്പോലെ ഒരാളുടെ താൽപ്പര്യത്തെ ഉണർത്തുവാൻ ഉറപ്പായും പര്യാപ്തമായിരുന്നു.

ഇവിടെയുള്ള സന്യസ്തരുടെ രീതികൾ നിരീക്ഷിക്കാൻ പ്രത്യേക അവസരം ലഭിച്ചതും, നിലത്തിരുന്ന് അവരോടൊപ്പം ഭക്ഷണം പങ്കുവച്ചു കഴിച്ചതും എന്നിൽ അവശേഷിച്ചിരുന്ന ചില കൽപനകൾ തകർത്തു കളയാനും ധ്യാനാത്മകവും ഏകതാനവുമായ അവബോധം സൃഷ്ടിക്കാനും ഇടയാക്കിയിട്ടുണ്ട്. ചിപ്പിക്കുള്ളിൽ അനുദിനം വളരുന്ന മുത്തുപോലെ ആ അനുഭവങ്ങൾ മനസ്സിൽനിന്നും മായാതെ വളർന്ന് ഒരു നോവലായി മാറിയപ്പോൾ, അതിന് എന്തു പേരിടണം എന്ന ചിന്തയിൽ ഏറെ നാളുകൾ പിന്നിട്ടു. പല വാക്കുകളും മനസ്സിലേക്ക് പിടഞ്ഞുവീണെങ്കിലും ഒന്നുമാത്രം കടന്നുപോകാതെ ചിന്തകളിൽ ചുറ്റിത്തിരിഞ്ഞു.

'സാരമധു.' അപരിമിതമായ സ്നേഹത്തിൽ ജ്വലിതമായ രണ്ടു മനസ്സുകളുടെ ഏകാവസ്ഥയാണ് ഇവിടെ പ്രതിപാദ്യവിഷയം. ആകയാൽ, (സാര)മതിയുടെയും (മധു)കറിന്റെയും ജീവിതം പകർത്തിവയ്ക്കുന്ന നോവലിന് 'സാരമധു' എന്നതിനേക്കാൾ ഉചിതമായ വേറൊന്നുമില്ല എന്ന ബോധ്യത്തിൽനിന്നാണ് ഈ പേരിന്റെ പിറവി.

സാരമധു എന്നതിന് പൊരുളുകളുടെ, അഥവാ കണ്ടെത്തലുകളുടെ

മധുരം എന്നും വിവക്ഷയുണ്ട്. വളരെ കുറച്ചുപേർക്കുമാത്രം വെളിപ്പെടുന്ന തീവ്രസ്നേഹത്തിന്റെ യഥാർത്ഥ ഭാവങ്ങൾ വിവരണാതീതവും അമേയവുമെങ്കിലും, അത് ഏകാഗ്രമായി അക്ഷരങ്ങളിലേക്ക് ആവാഹിക്കുവാൻ ആത്മാർത്ഥമായി യത്നിച്ചിട്ടുണ്ട്.

സംഗീതവും നൃത്തവും തമ്മിലുള്ള ജുഗൽബന്ദിയാണ് ഇതിന്റെ ഏറ്റവും ആന്തരികമായ ഒന്നിപ്പ്. സ്നേഹമെന്ന ഹേതുവിൽനിന്ന്, ദ്വിഗുണ പ്രധാനമായ അനുഭവമിശ്രണങ്ങളിലൂടെ നോവൽ പുരോഗമിക്കുന്നു. സമകാലിക വാദമുഖങ്ങളുമായി സല്ലപിക്കുമ്പോഴും, കഴിഞ്ഞുപോയതിനേയും പ്രാധാന്യം നഷ്ടപ്പെടാതെ ഒപ്പം ചേർത്തുവയ്ക്കുന്നു. ഇതിലെ കഥാപാത്രങ്ങൾ കാൽപനിക സൃഷ്ടികൾ ആണെങ്കിൽക്കൂടി, റിയലിസം ചോർന്നുപോകാതെ കഥ മെനഞ്ഞെടുക്കുവാനുള്ള ഉദ്യമത്തെ അത് കൂടുതൽ ഹൃദ്യവും ആസ്വാദ്യവുമാക്കുന്നു.

എത്ര ലളിതവും സുന്ദരവുമായാണ് ചിലർ നിശബ്ദമായി അവരുടെ ജീവിതം എഴുതിക്കൊണ്ടിരിക്കുന്നത് എന്ന തിരിച്ചറിവിൽനിന്നു പിറന്ന ഈ പുസ്തകം ഞാൻ ധ്യാനപൂർവ്വം വായനയ്ക്ക് സമർപ്പിക്കുന്നു.

ജീവന്റെ പച്ചനിറം ചാലിച്ച എഴുത്ത്

സുകുമാരൻ പെരിയച്ചൂർ

"രഞ്ജ് കോ ജനചിത്താനാം
സരാഗ കഥിതോ ബുധൈ"

ഭാരതീയ സംഗീതത്തെക്കുറിച്ചുള്ള കാഴ്ചപ്പാടാണിത്. ജനങ്ങളെ രഞ്ജിപ്പിക്കുകയും രമിപ്പിക്കുകയും ചെയ്യുന്നതാണ് സംഗീതം. ടാഗോർ ഗീതാഞ്ജലിയിലൂടെ മാനവരാശിക്ക് ഒരുമയുടെ സംഗീതധാരയായി കാവ്യായനം തീർത്തു. ഓരോ വാക്കും സംഗീതമായി മാനവഹൃദയങ്ങളിൽ നവരസാനുഭൂതി തീർത്തു.

രസോ വൈ സഃ എന്നാണ് പ്രമാണം. രസം അഥവാ നവരസം ഈശ്വരാനുഭൂതിയിലേക്കു നയിക്കുന്നു. എഴുത്തുകാരന്റെ ലക്ഷ്യം നവരസാനുഭൂതി സൃഷ്ടിക്കുക എന്നാണ്. ഭാഷ അതിനുള്ള ഉപാധിയാവുന്നു. കുഞ്ഞിന്റെ ചിരി എത്ര ലളിതമാണ്. ആ ലാളിത്യമാണ് ഏതു കഠിന ഹൃദയത്തേയും പിഞ്ചുകുഞ്ഞിന്റെ മന്ദസ്മിതം ഈശ്വരതുല്യമാക്കുന്നത്.

ലളിതമായ ഭാഷയെ ഓഷോ വിശേഷിപ്പിക്കുന്നത് ശ്രദ്ധേയമാണ്. 'ഒരു ഭാഷയുടെ ഗഹനതകളിലേക്ക് കടക്കാൻ നിരക്ഷരരും ലളിതജീവിതം നയിക്കുന്നവരുമായ സാധാരണക്കാർക്ക് കഴിയില്ല. അവർ തങ്ങൾക്ക് ഇണങ്ങുന്ന രീതിയിൽ ഭാഷയെ മാറ്റിത്തീർക്കുന്നു. നദിയിലൂടെ ഒഴുകി നീങ്ങുന്ന കല്ലിനേപ്പോലെയാണത്. കാലക്രമത്തിൽ അത് മനോഹരമായിത്തീരുന്നു. അങ്ങിനെയാണ് നാം ഉപയോഗിക്കുന്ന ഓരോ വാക്കിനും സുന്ദരമായ വടിവുണ്ടാവുന്നത്. സവിശേഷമായ ലാളിത്യമുണ്ടാവുന്നത്.'

ബീനാ റോയ് എന്ന യുവ എഴുത്തുകാരി ഓരോ വാക്കിലും ലാളിത്യം നിറച്ചുവച്ച്, ഭാഷയെ ഒരു കുഞ്ഞിന്റെ നിഷ്ക്കളമായ മന്ദസ്മിതം പോലെ നമ്മിലേക്ക് ഉൾച്ചേർക്കുന്ന ഒരു സുന്ദര നോവൽ, 'സാരമധു' നമുക്കായി സമർപ്പിച്ചിരിക്കുന്നു. ഹൃദയപൂർവ്വം...

സാരമധു എന്ന പേരുതന്നെ നൂതനശബ്ദമാണ്. നോവലിലെ നായികയായ സാരമതിയുടെ 'സാര'യും, നായകനായ മധുകറിന്റെ 'മധു'വും ചേർന്നപ്പോൾ 'സാരമധു' പിറന്നു. ബീനാ റോയിയുടെ എഴുത്തിന്റെ

'തെളിമ' ഓരോ വരികളിലും ജ്ഞാനപ്പാനയിലെ വരികൾപോലെ ഹൃദ്യവും അതോടൊപ്പം ധ്യാനാത്മകവുമാണ്. സാരമതിയെ അക്ഷരങ്ങൾ കൊണ്ട് വരച്ചിരിക്കുന്ന ചിത്രം എത്ര ഉദാത്തമാണ് 'ഗോതമ്പു നിറമുള്ള ഒരു കൃശഗാത്രിയായിരുന്നു അവർ. ഉയർന്നു നിൽക്കുന്ന കവിളെല്ലുകൾ അവരുടെ സൗന്ദര്യത്തിന് ഒരു അഭൗമ പ്രൗഢി നൽകിയിരുന്നു.'

'സാരമധു' എന്ന നോവൽ ചെറുതും സുന്ദരവുമാണ്. വെള്ളാരംകല്ലുപോലെ മനസ്സിന്റെ കൈകളിൽ ഓമനിക്കാവുന്നതൊന്ന്. കഥാഗതിക്കിടയിൽ, 36 വർഷങ്ങൾക്കു മുമ്പുള്ള കാലഘട്ടത്തിലേക്കും നോവലിസ്റ്റ് നമ്മെ കൂട്ടിക്കൊണ്ടുപോകുന്നുണ്ട്. 36 ന് ഒരു പ്രത്യേകതയുണ്ട്. മൂന്നു വ്യാഴവട്ടക്കാലം!

ചാർവി എന്ന കഥക് നർത്തകി സാരമതിയായി മാറുന്ന, ബാൻസൂരി (ഓടക്കുഴൽ) വാദകനായ മധുകറിനെ പ്രണയിക്കുന്ന മനോഹര രംഗങ്ങൾ. ഇംഗ്ലണ്ടിലെ സിൽവർ ഹിൽ ബുദ്ധിസ്റ്റ് മൊണാസ്ട്രി മുതൽ രാജസ്ഥാനിലെ സുന്ദരഗ്രാമങ്ങൾവരേ വ്യാപിച്ചു കിടക്കുന്ന ദൃശ്യചാരുതകൾ. ബനാറസിലെ ധ്യാനാത്മക പശ്ചാത്തലങ്ങൾ. ഒരു ഗദ്യകവിത പോലെ ഒഴുകുകയാണ് ബീനാ റോയിയുടെ 'സാരമധു' പ്രകൃതിയേയും അതിന്റെ ഭാഗങ്ങളായ പക്ഷിമൃഗാദികളേയും എഴുത്തിലേക്ക് അലിയിച്ചു ചേർക്കുന്ന രചനാപാടവം എടുത്തുപറയേണ്ടതാണ്. 'മാഗ്പൈ പക്ഷികൾക്ക് ജീവിതാന്ത്യംവരേ ഒരേയൊരു ഇണയേ ഉണ്ടാവുകയുള്ളുവത്രേ.' ഉത്തമ കുടുംബ സങ്കല്പത്തിന്റെ മൂല്യമേറുന്ന ചിന്തകളാണ് നോവലിസ്റ്റ് ഇവിടെ ദ്യോതിപ്പിക്കുന്നത്. 365 ഭാര്യമാരെ ആഘോഷിച്ച ദശരഥനിൽനിന്നും, ഏക പത്നീവ്രതമാണ് സംസ്ക്കാരത്തിന്റെ പൊരുളെന്നു പഠിപ്പിച്ച ശ്രീരാമചന്ദ്രന്റെ ജീവിത ദർശനം ബീനാ റോയ് ഓർമ്മിപ്പിക്കുന്നു.

സാരമധു വായിക്കുമ്പോൾ പലപ്പോഴും ടാഗോറിന്റെ ഗീതാഞ്ജലിയിലെ രസനാമുകുളം നമ്മിൽ അങ്കുരിക്കുന്നതു കാണാം. പ്രണയവും സംഗീതവും ആത്മീയതയും നൃത്തവും ദൃഢതയും അനുവാചക മനസ്സുകളിൽ ഉറവപൊട്ടുന്നു.

ഇന്ദ്രാണി എന്ന ദാദിമായുടെ ശക്തമായ സ്ത്രീ കഥാപാത്രം നമ്മുടെ നാട്ടുവൈദ്യത്തിന്റെ ജ്ഞാനപ്രകാശമായി പരിലസിക്കുന്നു. പ്രസവവേദനയെക്കുറിച്ചുള്ള എഴുത്തുകാരിയുടെ നിരീക്ഷണം ഒരു ചിന്തനീയമായ വീക്ഷണം തന്നെയാണ്. 'എത്ര വലിയ നോവേറ്റുകൊണ്ടാണ് ഒരു മനുഷ്യജന്മം മറ്റൊന്നിനെ ഈ ഭൂമിയിലേക്ക് ആനയിക്കുന്നത്. ചില വേദനകൾ ഒരിക്കലും പറഞ്ഞു മനസ്സിലാക്കാൻ ആവുകയില്ല. അ

റിഞ്ഞുതന്നെ ആകണം.'

കൊറോണക്കാലവും, ദുരഭിമാനക്കൊലയും ചില സൂചകങ്ങളിലൂടെ വരച്ചുകാട്ടുമ്പോൾ, 'സാരമധു' എന്ന നോവൽ ചരിത്രനിർമ്മിതിക്കും നിദാനമാകുന്നു. തീജ് ഉത്സവനാളിൽ പിറന്നുവീണുകൊണ്ട് 'തീജ്' എന്ന പേരുള്ള അംബരി, ലച്ചുബായി, കമല, ബാബാജി, ദുർഗ്ഗേഷ്, ചാർവിയുടെ അമ്മ എന്നിങ്ങനെ ചുരുക്കം കഥാപാത്രങ്ങളിലൂടെ നോവൽ ഇതൾവിരിയുമ്പോൾ, വിങ്ങുന്ന ഹൃദയത്തോടെ ഓരോ വരിയും ഒഴുകി നീങ്ങുന്ന രസാനുഭൂതി നൽകുന്ന ഉത്തമ നോവലാണ് 'സാരമധു.' നോവലിലെ കാവ്യഭാഷയ്ക്ക് നിരവധി ഉദാഹരണങ്ങൾ കാണാം. 'രണ്ടു ഹൃദയങ്ങളിലേക്ക് വേരുകൾ പടർത്തുന്ന പ്രണയം എന്ന ഒറ്റമരം ആ മരുഭൂമിയിൽ വളർന്നു തുടങ്ങിയിരുന്നു. വേനൽ രുചിച്ച രണ്ടു ഹൃദയങ്ങൾ ജീവന്റെ പച്ചനിറം അണിയുകയായിരുന്നു.'

ചാർവിയും മധുകറും ഒന്നാകുന്ന നിമിഷങ്ങൾ ഭാഷയുടെ ഔന്നത്യം വരച്ചുകാട്ടുന്നു. 'തൃഷ്ണയുടെ ഒരു നദി, കാൽപ്പാദങ്ങളിലൂടെ, ചിലങ്കകളിലൂടെ വളരെ പതിയെ അതിന്റെ ഉത്പത്തിയിലേക്ക് ഒഴുകിക്കയറി. പദസ്പർശമേൽക്കാത്ത അദ്രികളിൽ അവൻ ധ്യാനപൂർവ്വം അധരങ്ങളാൽ നടപ്പാതകൾ തീർത്തു. ഓരോ ശൃംഗത്തെയും ചുംബനത്തിന്റെ കൊടികളാൽ അലങ്കരിച്ചു.' ബീനാ റോയ് ഭാഷകൊണ്ട് പ്രണയകാവ്യം എഴുതുകയാണ്. ഭാഷയെ ധ്യാനാത്മകമാക്കുന്ന അനർഗള രസനദി.

ജിദ്ദു കൃഷ്ണമൂർത്തിയുടെ, സ്നേഹത്തെക്കുറിച്ചുള്ള വാക്കുകൾ ഓർമ്മിപ്പിക്കുന്നു ബീനാ റോയിയുടെ വാഗ്‌വിലാസം. 'ഒരാളുടെ മുഴുവൻ സത്തയുമായി സ്നേഹമെന്ന അസാധാരണ സംഗതിയെ കണ്ടെത്തുകയും, അപ്രകാരം ഭയരഹിതനാവുകയും വേണം. സന്തോഷത്താലും, ആഗ്രഹത്താലും, അസൂയയാലും സ്പർശിക്കപ്പെടാത്ത സ്നേഹം. പരസ്പരം മത്സരിക്കാത്ത, എന്റേതും നിന്റേതുമെന്ന് വിഭജിക്കാത്ത സ്നേഹം. അപ്പോൾ മസ്തിഷ്ക്കവും, വികാരങ്ങളും, ഉൾക്കൊള്ളുന്ന മനസ്സും പൊരുത്തമുള്ളതാവും.'

പൊരുത്തമുള്ള മനസ്സുകളെ കണ്ടെത്തുകയാണ് 'സാരമധു.'ഭാരതീയരുടെ ഗോത്രവർഗ്ഗത്തിന്റെ സ്വതന്ത്ര വിവാഹ ചിന്തയിലൂടെ നോവലിസ്റ്റ്, ഹൃദയബന്ധങ്ങളുടെ ഉള്ളറിവാണ് വൈവാഹിക ജീവിതമെന്നു ഉദ്ഘോഷിക്കുന്നു.

ഇന്ദ്രാണിയുടെ ദീർഘവീക്ഷണമുള്ള ചിന്തകൾ പുനർവായനയ്ക്കു പ്രേരണ ചെലുത്തുന്നു. 'ഞങ്ങടെ ഗരാസിയ ഗോത്രത്തെ നോക്ക്. ഇ

വിടെ കല്ല്യാണം ഒരു ആവശ്യമേയല്ല. ഒരു ബന്ധത്തിന്റെ പേരിൽ കോർക്കാതെതന്നെ ആണിന്റെയൊപ്പം ജീവിക്കാൻ പെണ്ണിന് സ്വാതന്ത്ര്യമുണ്ട്.'

'ഞങ്ങൾ വിവാഹിതരാണ്. എന്നിട്ടും ഒന്നിച്ചു ജീവിക്കാൻ കഴിയില്ല.' എന്ന ചാർവിയുടെ വാക്കുകളിൽ ബന്ധങ്ങളുടെ വിചിത്രത നിഴലിക്കുന്നു.

'ആചാരങ്ങൾ മനുഷ്യ നിർമ്മിതിയല്ലേ ചാർവീ, ഓരോരുത്തർക്കും ഓരോ സൗകര്യങ്ങൾ. സമൂഹത്തെ നിയന്ത്രിക്കാനുള്ള മാർഗ്ഗങ്ങൾ തേടുന്നു മനുഷ്യബുദ്ധി ഓരോ നിമിഷവും.'

മധുരമാണ് ബീനാ റോയ് എഴുതിയ 'സാരമധു.' ഒരു ദിവസം പലയാവർത്തി വായിക്കാൻ ഈ നോവൽ നമ്മൾ കയ്യിലെടുക്കും. ഏകാഗ്രചിത്തരായി വായിക്കും. യൂസഫലി കേച്ചേരിയുടെ വരികൾ അന്വർഥമാക്കുകയാണ് 'സാരമധു.' 'മരണവും കൂടി മരിക്കാം, മരിക്കില്ല മഹിമയിൽ സ്നേഹവുമൊരുനാളും.'

ഏതു നാട്ടിലും, ഏതു ഭാഷയിലും ഏതു കാലത്തും വായിക്കാനുതകുന്ന ബീനാ റോയിയുടെ 'സാരമധു' ഇംഗ്ലീഷ് ഭാഷയിലും പിറക്കട്ടെയെന്നും, ഇംഗ്ലണ്ടിൽ താമസമാക്കിയ ഈ യുവ എഴുത്തുകാരി, ലോകഭാഷയിലൂടെ ഭാരതത്തിന്റെ മൂല്യങ്ങൾ പകർത്തുന്ന എഴുത്തുകാരിയായി വളരാനുള്ള രചനാ വൈഭവം 'സാരമധു'വിലുണ്ട് എന്നും പ്രത്യാശിക്കുന്നു.

ഈ സൗന്ദര്യത്തിൽ നിറുത്തുകയാണ് സുന്ദരം. 'സാരമധു'വിന്റെ സൗന്ദര്യം നമുക്ക് ആവോളം നുകരാം. ഒരു ഓടക്കുഴൽ സംഗീതംപോലെ ഒരു കഥക് നൃത്തംപോലെ.

To all the wonderful people in my life
thank you for being with me during good times and bad
I love you

Dedicated to

You

for inspiring me...

ഉള്ളടക്കം

മോചനം

സിൽവർ ഹില്ലിലെ തണുത്തുറഞ്ഞ ഡിസംബർ രാത്രി.

ബുദ്ധിസ്റ്റ് മൊണസ്ട്രിയിലെ അലങ്കാരങ്ങളില്ലാത്ത കൊച്ചുമുറിയിലേക്ക് ബുദ്ധസന്യാസിനിയായ സാരമതി രാത്രിധ്യാനത്തിനു ശേഷം തിരികെയെത്തിയിരുന്നു.

എന്നത്തേയുംപോലെ അന്നു രാത്രിയിലും അവർ വളരെ മിതമായി മാത്രം ആഹാരം കഴിച്ചു. ഒരു ചെറുകഷണം അവക്കാഡോയും വെജിറ്റബിൾ സാലഡും.

ഗോതമ്പു നിറമുള്ള ഒരു കൃശഗാത്രിയായിരുന്നു അവർ. ഉയർന്നു നിൽക്കുന്ന കവിളെല്ലുകൾ അവരുടെ സൗന്ദര്യത്തിന് ഒരു അഭൗമ പ്രൗഢി നൽകിയിരുന്നു.

കുങ്കുമ നിറത്തിലുള്ള ഒറ്റവസ്ത്രത്തിനുമേൽ തീരെ കട്ടി കുറഞ്ഞ ഒരു കമ്പിളി മേൽക്കുപ്പായം മാത്രമേ അവർ ധരിച്ചിരുന്നുള്ളു.

കല്ലുകൊണ്ട് നിർമ്മിച്ച മുറിയുടെ ഭിത്തികൾ ഇംഗ്ലണ്ടിലെ നോവിക്കുന്ന തണുപ്പിനെ ഏറെയൊന്നും തടഞ്ഞുനിർത്തിയിരുന്നില്ല.

മുറിയിലേക്ക് ചെറിയൊരു ഹീറ്റർ തരാമെന്ന ഓഫർ അവർ വർഷങ്ങൾക്കു മുൻപേ നന്ദിപൂർവ്വം നിരസിച്ചിരുന്നു.

മനസ്സിൽ തീയെരിയുമ്പോൾ ശരീരത്തിനെന്തിന് പുറത്തു നിന്നൊരു ചൂട്? ഒരു പക്ഷേ ഇവിടുത്തെ തണുപ്പ് മനസ്സിലെ തീനാമ്പുകളെ ഒട്ടൊന്നു ശാന്തമാക്കിയേക്കും. അവർ വെറുതേ കൊതിച്ചു.

കൽഭിത്തിയിലെ കൊച്ചുജനാലയിലൂടെ സാരമതി പുറത്തേക്ക് മിഴികളയച്ചു. ഒറ്റച്ചില്ലിൽ പണിത ആ പഴയ ജനൽ, പുറംലോകത്തേയ്ക്കുള്ള അവരുടെ ഏക ജാലകമായിരുന്നു. അവിടെയിരുന്നുകൊണ്ട് പ്രപഞ്ചത്തെ കണ്ടും, മണത്തും, രുചിച്ചും, തൊടാതെ തൊട്ടും അറിഞ്ഞത് ഇരുപത്തിയാറ് വർഷങ്ങൾ!

ജനാലയ്ക്കപ്പുറം വിളർത്ത ചന്ദ്രൻ പാതിയടഞ്ഞ മിഴികളോടെ സാരമതിയെ നോക്കി. നക്ഷത്ര പൂരിതമായിരുന്നു രാത്രി. നേർത്ത കാറ്റ് മരച്ചില്ലകളിൽ പതിയെ ചൂളമടിച്ചുകൊണ്ടിരുന്നു.

ജനാലയ്ക്കൽനിന്നു നോക്കിയാൽ കാണാൻ പാകത്തിന്, അങ്ങുദൂരെ സമതലങ്ങൾക്കപ്പുറമുള്ള കുന്നിൽ ഒരു ചെറിയ വെളിച്ചം അന്നും തെളിഞ്ഞിരുന്നു. ആ വെളിച്ചം അവർക്ക് എല്ലാക്കാലവും ഒരു പ്രതീക്ഷയുടെ നാളമായിരുന്നു. ഇരുട്ടിലേക്കു നോക്കിക്കൊണ്ട്, രാത്രിശബ്ദങ്ങളിലേക്ക് മനസ്സിനെ ഇറക്കിവിട്ട് അവർ കുറേയേറെ നേരം അവിടെ നിന്നു.

എന്തോ ഓർത്തെടുത്തപോലെ, പഴയൊരു തുണിസഞ്ചിയിൽനിന്ന് അതിനെക്കാൾ പഴക്കമുള്ളൊരു ഡയറി സാരമതി പുറത്തെടുത്തു. ഓർമ്മകളെ അടക്കം ചെയ്ത അക്ഷരങ്ങളിൽ ആർദ്രമായി ചുംബിച്ചു. പഴയ താളുകളുടെ ഗന്ധം നാസികയിലൂടെ ശ്വാസകോശത്തിലേക്കൊഴുകി. അതിന്റെ പുറംചട്ടയെ ഒരു കുഞ്ഞിന്റെ മുഖത്തെയെന്നപോലെ അവർ കവിളുകളോട് ചേർത്തുവച്ചു. അല്പനേരം ആലോചനയോടെ ഇരുന്ന ശേഷം, ഉറക്കം വന്നില്ലെങ്കിൽക്കൂടി, കിടക്കവിരികൾ ഇല്ലാത്ത പലകക്കട്ടിലിലേക്ക് സാരമതി പതിയെ കിടന്നു.

എന്നത്തേയുംപോലെ ഇടതുനെഞ്ചിലെ അസ്വസ്ഥത പിന്നെയും തലയുയർത്തുന്നു. ഒരു പഴുതാരയെപ്പോലെ അരിച്ചരിച്ച് ഇടതുകയ്യിലേക്ക് വ്യാപിക്കുന്നു. സാരമതി ആരോടും ഇതിനെക്കുറിച്ച് പറഞ്ഞിരുന്നില്ല. ഒരിക്കലും ആരും അറിയേണ്ടാത്ത ചില വേദനകൾ.

ഇടതേ മാറിടത്തിൽ വേദനയുള്ളിടത്തേക്ക് ഒരു പിഞ്ചുകുഞ്ഞിനെയെന്നപോലെ അവർ ആ പഴയ എഴുത്തുപുസ്തകം ചേർത്തുവച്ചു.

ഏതാനും ദീർഘനിശ്വാസങ്ങളെടുത്ത് മനസ്സിനെ ശാന്തമാക്കി.

ധ്യാനത്തിന്റെയോ, ഉറക്കത്തിന്റെയോ എന്ന് തരം തിരിക്കാനാവാത്ത ഒരു ജഡാവസ്ഥയിലേക്ക് ശരീരം പതിയെ താദാത്മ്യപ്പെട്ടു.

ഉൾക്കാഴ്ചകളുടെ നിരത്തുകളിലേക്ക് ഒരു സ്വർണ്ണവെയിൽ സായന്തനം നിറഞ്ഞു. ലാച്ചയും ചിലങ്കകളും ധരിച്ച ഒരു സുന്ദരിയായ പെൺകുട്ടിയുടെ രൂപം നേർത്ത സംഗീതത്തിനൊത്ത് അവിടെ നൃത്തം ചെയ്തുകൊണ്ടിരുന്നു. കൈകാലുകളുടെ ചലനങ്ങൾക്കൊപ്പം, അവളുടെ നീണ്ട മുടിയിഴകൾ ഇളം കാറ്റിൽ ഒഴുകി നീങ്ങുന്നുണ്ടായിരുന്നു. അവൾ അസ്തമിക്കാത്ത പുഞ്ചിരിയോടെ ചുവടുവച്ചുകൊണ്ടിരുന്നു.

അവസാന നാളുകളിൽ ആദ്യകാലങ്ങൾ ഏറെ മിഴിവോടെ തിരികെയെത്തുമെന്ന് ഗുരു പറഞ്ഞിട്ടുണ്ട്. ജീവൻ ശരീരത്തെ ഉപേക്ഷിക്കുന്നതിനു മുമ്പ്, ദേഹയാത്രകളുടെ ഗതകാലത്തേക്കൊരു തിരിഞ്ഞുനോട്ടം സാധ്യമത്രേ! സാരമതി ഭിക്ഷുണി ഓർമ്മിച്ചെടുത്തു.

*മാവ്വാ കചോരി – ഒരു നോർത്തിന്ത്യൻ മധുര പലഹാരം

നാവിലേക്ക് *മാവ്വാ കചോരിയുടെ നേർത്ത മധുരം നിറയുന്നുവല്ലോ. അവർ അത് നുണഞ്ഞിറക്കാൻ നോക്കി.

നാവ് കുഴയുന്നതുപോലെ.

തലച്ചോറിലേക്ക് മൂടൽമഞ്ഞ് ചേക്കേറുന്നു.

മെല്ലെ മെല്ലെ എല്ലു കോച്ചുന്ന തണുപ്പ് ആ ശരീരത്തെ തീഷ്ണമായി ചുംബിച്ചു.

പിറ്റേന്നത്തെ നനുത്ത പ്രഭാതം. പുറത്ത് നഗ്നമായ മരശാഖകൾ മുനയുള്ള തണുപ്പിൽ കൂമ്പിനിന്നു.

മൊണസ്ട്രിയിൽ പുലർച്ചാധ്യാനത്തിനുള്ള മണി മുഴങ്ങിയപ്പോൾ സന്യാസിനികൾ ഓരോരുത്തരായി ധ്യാനമന്ദിരത്തിലേക്ക് വന്നുകൊണ്ടിരുന്നു. അവർ അന്യോന്യം അഭിവാദനം ചെയ്തശേഷം അവരവരുടെ സാഫു കുഷ്യനുകളിൽ ഇരുന്നു.

സാരമതി ഭിക്ഷുണിയുടെ ഇരിപ്പിടം ഒഴിഞ്ഞുകിടക്കുന്നു. അത് ഒട്ടും പതിവില്ലാത്തതാണ്. സുമേയ എന്ന ചെറുപ്പക്കാരിയായ ഭിക്ഷുണി ഓർത്തു.

ഇനി വയ്യായ്ക എന്തെങ്കിലും? ഒരു അവശത ചില നേരങ്ങളിൽ അവരുടെ മുഖത്തെയും ശരീരത്തെയും വല്ലാതെ തളർത്തുന്നത് സുമേയ ശ്രദ്ധിച്ചിരുന്നു. കഠിനമായ തപശ്ചര്യകളും ഉപവാസവുമാകാം കാരണമെന്ന് അവൾ വിചാരിച്ചു. എന്തായാലും പ്രാർത്ഥനയ്ക്കു ശേഷം അവരുടെ മുറിയിൽ പോയി നോക്കണം.

ബാൻഷോ മണി മുഴങ്ങി. മർമ്മരങ്ങളായും, മൗനങ്ങളിലൂടെയും പ്രാർത്ഥനകൾ തുടർന്നുകൊണ്ടിരുന്നു. ഭജനകൾക്കു ശേഷം സന്യാസിനികൾ അവരവരുടെ മുറികളിലേക്ക് തിരികെ പോയി.

സാരമതി യോഗിനിയെ തിരക്കിയാണ് സുമേയ അവരുടെ മുറിയിലേക്ക് ചെന്നത്. വാതിൽ ചാരിയിട്ടേ ഉണ്ടായിരുന്നുള്ളു. പതിയെ തള്ളിയപ്പോൾ ചെറിയ ശബ്ദത്തോടെ വാതിൽപ്പാളി തുറന്നു.

കട്ടിലിൽ ഇടതുവശം ചരിഞ്ഞ് കിടക്കുകയായിരുന്നു സാരമതി.

'സാരമതി മാ' സുമേയ വിളിച്ചു. മറുപടിയൊന്നും ഉണ്ടായില്ല. അടുത്തുചെന്ന് സുമേയ പതിയെ അവരെ തൊട്ടുവിളിച്ചു. പെട്ടെന്ന് അവൾ പരിഭ്രമിച്ച് പുറകോട്ടു മാറി. ആ ശരീരം മഞ്ഞുകട്ടപോലെ തണുത്തിരുന്നു. ശ്വാസമുണ്ടോ എന്നറിയാൻ അവൾ മൂക്കിൽ വിരൽ ചേർത്തു. ഇല്ല. ജീവന്റെ ലക്ഷണം ഒന്നുമേ ഇല്ല.

അവൾ പരിഭ്രമത്തോടെ പുറത്തേക്കോടി മഠാധികാരിയോട് വിവരം

പറഞ്ഞു.

ആശ്രമത്തിൽ മൂകത തളം കെട്ടിയിരുന്നു. അവരുടെ ചെറിയ സന്യാസിനീസമൂഹത്തിൽ ഇത്തരം മരണങ്ങൾ പതിവുള്ളതല്ല.

പെട്ടെന്നുള്ള മരണമായതുകൊണ്ട് പോലീസിനെ അറിയിക്കേണ്ടി വന്നു. മൊണസ്ട്രിയിൽ ഇതിനു മുൻപ് പോലീസ് കയറിയിട്ടില്ലായിരുന്നു. പോലീസ് അറിയിച്ചതനുസരിച്ച് ആംബുലൻസും വന്നു.

ചെക്കിങ്ങ് റിപ്പോർട്ട് തയാറാക്കിയ ശേഷം മൃതശരീരം മോർച്ചറിയിലേക്ക് മാറ്റാൻ പോലീസ് നിർദ്ദേശം കൊടുത്തു. പ്രതീക്ഷിക്കാത്ത മരണമായതിനാൽ ശരീരം പോസ്റ്റ്മോർട്ടം ചെയ്യണമെന്നാണ് ഇംഗ്ലണ്ടിലെ നിയമം. കൊറോണറുടെ റിപ്പോർട്ടിനനുസരിച്ചായിരിക്കും ബാക്കിയുള്ള നടപടികൾ.

സാരമതിയുടെ കൊച്ചുമുറിയും പോലീസ് പരിശോധിച്ചു. അവരുടേതായി അധിക വസ്തുക്കളൊന്നും ഉണ്ടായിരുന്നില്ല. കുറച്ച് പ്രാർത്ഥനാ പുസ്തകങ്ങളും ചില സന്യസ്തരുടെ ബയോഗ്രഫികളുമൊഴികെ.

സാരമതിയുടെ വളരെ പഴക്കം ചെന്ന ഡയറി അവർ മറിച്ചു നോക്കിയെങ്കിലും, കഴിഞ്ഞ കുറേ വർഷങ്ങളായി പുതിയ എൻട്രികളൊന്നും ഇല്ലാതിരുന്നതിനാൽ അവർ അതിൽ താല്പര്യം കാണിച്ചില്ല.

പോസ്റ്റ്മോർട്ടത്തിനു ശേഷം മൃതശരീരം വിട്ടുകിട്ടാൻ കുറച്ചു ദിവസങ്ങൾ എടുക്കുമെന്ന് മൊണസ്ട്രിയിൽ അറിയിപ്പ് കിട്ടിയിരുന്നു. അനിശ്ചിതാവസ്ഥയിൽ ദിനങ്ങൾ കടന്നുപോകവേ, ആശ്രമവാസികൾ ഓരോരുത്തരും അവരവരുടേതായ രീതികളിൽ ആ വേർപാട് അഭിമുഖീകരിച്ചുകൊണ്ടിരുന്നു.

എത്രതന്നെ പരിത്യക്തതയും അടക്കവും പാലിച്ചാലും ചിലപ്പോൾ ചിലർ ഉള്ളുലച്ചുകളയുമല്ലോ. ചിന്തകളുടെ ഘോഷയാത്രയിൽ സുമേയയും പരവശപ്പെട്ടു. 'ആത്മസംയമനത്തിലേക്കെത്തുവാൻ ഞാനിനിയും എത്രയോ മുന്നേറേണ്ടിയിരിക്കുന്നു!' അവൾ ദീർഘമായി നിശ്വസിച്ചു. എന്നിട്ട് പ്രാർത്ഥനാ മന്ത്രങ്ങൾ ഉരുവിട്ടുകൊണ്ട് മുറിയിൽ നിന്നിറങ്ങി ചെറിയ നടപ്പാതയിലൂടെ ധ്യാനമന്ദിരത്തിലേക്ക് നടന്നു.

ഒരു മനോഹരമായ വൈകുന്നേരം കൂടി ദിനാന്ത്യത്തിലേക്ക് പിറന്നു വീഴുകയാണ്.

മൊണസ്ട്രിയുടെ വിസ്തൃതമായ വളപ്പിൽ നിറയെ പലതരം മരങ്ങളുണ്ടായിരുന്നു. ഓരോ സീസണിലും പലതരം നിറക്കാഴ്ചകൾ പകർന്ന് അവർ ആശ്രമവാസികളെയും സന്ദർശകരെയും രമിപ്പിച്ചു കൊണ്ടി

രുന്നു. വളപ്പിലെ ആപ്പിൾ മരത്തിനു കീഴെ അണ്ണാൻ കൂട്ടം ഓടിക്കളിക്കുന്നു. പാതി കടിച്ച ഇളം ചുവപ്പാർന്ന ആപ്പിൾ പഴങ്ങൾ നിലത്ത് ചിതറിക്കിടപ്പുണ്ട്.

ആശ്രമത്തിന്റെ പഴക്കം ചെന്ന ചുറ്റുമതിലിന്റെ അരികിൽ ഒരു മുന്തിരിച്ചെടി പടർന്നു നിൽക്കുന്നുണ്ട്. ഇലകൾക്ക് നേരിയ മഞ്ഞനിറം വന്നു തുടങ്ങിയിരുന്നു. ഒരായിരം മുന്തിരിപ്പഴങ്ങളെ ഗർഭം ധരിച്ചുനിൽക്കുന്ന ആ മെല്ലിച്ച വള്ളിച്ചെടിയെ സാരമതി എന്നും അനുകമ്പയോടെ പരിചരിച്ചിരുന്നുവെന്ന് സുമേയ ഓർത്തു. അതിനെക്കുറിച്ച് കളിയായി പറഞ്ഞപ്പോൾ, ഒരാളും പരിചരിച്ചില്ലെങ്കിലും പ്രകൃതിയുടെ തലോടലിൽ അവയൊക്കെയും പൂർണ്ണവളർച്ച നേടുമെന്ന് അന്ന് സാരമതി പറഞ്ഞിരുന്നു.

ചേക്കേറുന്ന സ്പാരോ പക്ഷികൾ കൂറ്റൻ മേപ്പിൾ മരത്തിന്റെ ചില്ലകളിൽ തിരക്കിലായിരുന്നു. ചെറുതായി വീശുന്ന കാറ്റിൽ ഇലകൾ പിറുപിറുത്തുകൊണ്ടിരുന്നു. സൂര്യൻ ചക്രവാളത്തിന് ഒരു ദീർഘചുംബനം പകരുവാൻ വെമ്പുന്നു. പ്രപഞ്ചം എത്ര വൈവിധ്യവും മനോഹരവുമാണെന്നതിന് എത്ര ഉദാഹരണങ്ങളാണ് ചുറ്റിനും!

ഇത്തരം കാഴ്ചകൾ ചില നേരങ്ങളിലെങ്കിലും സാരമതി ഭിക്ഷുണിയുടെ മനസ്സിന്റെ നിസ്സംഗഭാവത്തെ ഉലയ്ക്കാറുണ്ടെന്ന് സുമേയയ്ക്ക് അറിയാമായിരുന്നു.

അമ്മയോടുള്ള ഇഷ്ടംപോലെയൊന്ന് സുമേയയ്ക്ക് അവരോടുണ്ടായിരുന്നുവല്ലോ. ടിബറ്റിൽനിന്ന് ഇംഗ്ലണ്ടിലെ ആശ്രമത്തിലേക്ക് പോരേണ്ടിവന്നപ്പോൾ ഇവിടത്തെ രീതികളുമായി ഒത്തുപോകാൻ ഒരു പരിധിവരെ പഠിപ്പിച്ചത് സാരമതി ഭിക്ഷുണിയാണ്.

സാരമതിയുടെ കണ്ണാഴങ്ങളിൽ കല്ലിച്ചു കിടക്കുന്ന വിഷാദത്തിന്റെ കടൽ ചിലപ്പോഴെങ്കിലും അവരുടെ നിസ്സംഗഭാവം നീക്കി വെളിപ്പെടുന്നത് സുമേയ കണ്ടിരുന്നു. അപ്പോഴൊക്കെ ഒരു നേർത്ത പുഞ്ചിരിയാൽ അവർ ആ കടലിനെ വറ്റിച്ചുകളഞ്ഞുവെങ്കിലും.

വിചാരങ്ങൾക്ക് വീണ്ടും കടിഞ്ഞാൺ അഴിഞ്ഞിരിക്കുന്നു. ധ്യാനമന്ദിരത്തിലേക്കുള്ള പടവുകൾ കയറുമ്പോൾ സുമേയ സ്വയം ഓർമ്മിപ്പിച്ചു. ഈയിടെയായി ചിന്തകളുടെ ഉറുമ്പുകൾ വീണ്ടും വീണ്ടും തലച്ചോറിലൂടെ ഉഴറി നടക്കുന്നു. ഒരു മധുരക്കണവും കിട്ടാത്തതിനാൽ അവർ വീണ്ടും വീണ്ടും ആ ആവർത്തിത പ്രവൃത്തി തുടരുന്നു.

മന്ത്രമണി കേട്ടപ്പോൾ അവൾ വീണ്ടും സ്വബോധത്തിലേക്കെത്തി. പ്രപഞ്ചത്തിന്റെ സൗന്ദര്യമോ വൈരൂപ്യമോ എന്നെ ബാധിക്കുന്നതേ

യില്ല. അവൾ പലവട്ടം പറഞ്ഞുറപ്പിക്കാൻ ശ്രമിച്ചു.

നിലത്തൊരുക്കിയ ഇരിപ്പിടങ്ങളിലൊന്നിൽ പത്മാസനത്തിലിരുന്ന് അവൾ മനസ്സിനെ ഏകാഗ്ര ധ്യാനത്തിലേക്ക് നയിച്ചു. വരണ്ട ചുണ്ടുകൾ വീണ്ടും വേദസൂത്രങ്ങൾ ഉരുവിട്ടു തുടങ്ങി. കാഴ്ചദ്രവ്യത്തിന്റെ നേർത്ത സുഗന്ധം വായുവിൽ പരന്നു.

ധ്യാനശേഷമുള്ള ലഘുഭക്ഷണം കഴിഞ്ഞ് അനുവദിച്ചിട്ടുള്ള കുറച്ചു സമയത്താണ് സാരമതിയുടെ മുറിയിൽ ഒന്നു പോയാലോ എന്ന് സുമേയ ആലോചിച്ചത്. ഭിക്ഷുണിയുടെ സാന്നിദ്ധ്യം ഇപ്പോഴും അവിടെത്തന്നെ ഉണ്ടെന്ന തോന്നൽ.

പതിഞ്ഞ കാൽവയ്പുകളോടെ അവൾ ആ കൊച്ചുമുറിയുടെ വാതിൽ തുറന്നു. ശുഭ്രമായ കോട്ടൺ തുണിയുടെ ഗന്ധം അവിടെ തങ്ങിനിന്നിരുന്നു.

കവിളിൽ ഒരു ചെറിയ നിശ്വാസം അനുഭവപ്പെട്ടോ! സുമേയ വെറുതേ കൈവിരലുകളുയർത്തി കവിൾ തടവി. കഴുത്തിനു പിന്നിലെ രോമങ്ങൾ എഴുന്നുവന്നു.

പാവം. അവരിപ്പോൾ മരിക്കേണ്ടായിരുന്നു. അമ്പത്തിയാറ് വയസ്സ് വാർദ്ധക്യമെന്ന് പറയാനാകില്ലല്ലോ. ശ്വാസത്തിൽ ശ്രദ്ധയൂന്നി മനസ്സിനെ ശാന്തമാക്കിയ ശേഷം സാരമതിയുടെ കട്ടിലിൽ സുമേയ അല്പനേരം ഇരുന്നു. ഏതൊരു ദു:ഖമാവാം ഈയൊരു ജന്മത്തിന്റെ ദുരിതപർവ്വത്തിലേക്ക് അവരെ കൊണ്ടെത്തിച്ചത്?

അവരുടെ ഒഴിഞ്ഞ മുറിയിൽ വെറുതെ കണ്ണുകൾ അലഞ്ഞു നടന്നു. പോലീസ് പരിശോധനകൾക്കു ശേഷം അല്പമാത്രമുള്ള അവരുടെ സ്വകീയവസ്തുക്കൾ ആശ്രമത്തിൽ തിരികെ ഏല്പിച്ചിരുന്നു.

വളരെ പഴക്കം തോന്നിച്ച, താളുകൾ പിഞ്ഞിത്തുടങ്ങിയ സാരമതിയുടെ ഡയറി സുമേയ കയ്യിലെടുത്തു. താളുകൾ ശ്രദ്ധയോടെ ഒന്നൊന്നായി മറിച്ചു. അവൾക്കറിയാത്ത ഏതോ ഭാഷയിലാണ് അത് എഴുതിയിരുന്നത്.

അവസാന പേജിൽ അധികം ശ്രദ്ധയിൽപ്പെടാത്ത വിധം ഒരു അഡ്രസ്സ് ഇംഗ്ലീഷിൽ കുറിച്ചുവച്ചിരുന്നു. മഷി മാഞ്ഞു തുടങ്ങിയിട്ടുണ്ട്. എങ്കിലും അക്ഷരങ്ങൾ കഷ്ടിച്ച് വായിച്ചെടുക്കാം.

ഇന്ത്യയിലെ ഒരു അഡ്രസ്സായിരുന്നു അതിൽ! സുമേയയ്ക്ക് പെട്ടെന്നൊരു ഉൾവിളിയുണ്ടായി. ആ അഡ്രസ്സിൽ അവരുടെ ആരെങ്കിലും ഉണ്ടാവുമെങ്കിലോ?

വൈകുന്നേരം മൊണാസ്ട്രിയിലെ മഠാധിപതിയായ വൈഖാരസി

മായെ കണ്ടപ്പോൾ ആ ഡയറി കൂടി സുമേയ കയ്യിൽ കരുതിയിരുന്നു.

'ഈ ഡയറിയിലുള്ള അഡ്രസ്സിൽ നമുക്കിത് അയച്ചുകൊടുത്തു കൂടേ?' സുമേയ ചോദിച്ചു.

'സുമേയാ, സാരമതിക്ക് ബന്ധുക്കളുള്ളതായി ഇവിടെ അറിവില്ല. 'നെക്സ്റ്റ് ഓഫ് കിൻ' ആയി ആരെയും ചേർത്തിട്ടുമില്ല. എങ്കിലും ഞാനൊന്ന് ആലോചിക്കട്ടെ. ആശ്രമത്തിന്റെ പരിധിയിൽ നിന്നുകൊണ്ട് എന്തെങ്കിലും ചെയ്യാമോ എന്ന്.' വൈഖാരസി മാ പറഞ്ഞു.

അവർക്കു നന്ദി പറഞ്ഞ് സുമേയ അവളുടെ മുറിയിലേക്ക് തിരികെ പോയി.

ദിവസങ്ങൾ നീണ്ട കാത്തിരിപ്പിനു ശേഷം സാരമതിയുടെ മൃതശരീരം വിട്ടുകിട്ടി.

മരണാന്തര കർമ്മങ്ങൾ ക്രമാനുഗതമായി നടന്നു. മൊണാസ്ട്രിയിൽ അവർക്കായി പ്രത്യേകം പ്രാർത്ഥനകൾ ഏർപ്പെടുത്തിയിരുന്നു. ശരീരത്തിൽ നിന്നും ജീവനോർജ്ജത്തിന്റെ ശാന്തമായ പരിണാമത്തിനായി സൂക്തങ്ങൾ ഉരുവാർന്നു. കർമ്മകടങ്ങളെല്ലാം വീട്ടി, വേദനകളും ആഗ്രഹങ്ങളും അടങ്ങിയ തലത്തിലേക്ക്, നിർവ്വാണതയിലേക്ക്, സാരമതി എത്തിച്ചേരണേയെന്ന് മറ്റു സന്യാസിനികൾക്കൊപ്പം സുമേയയും പ്രാർത്ഥിച്ചു.

ദു:ഖാചരണത്തിന്റെ ദിനങ്ങൾ മുറപോലെ കടന്നുപോയി. അടുത്തൊരു ദിവസം വൈഖാരസി മാ സുമേയയെ വിളിപ്പിച്ചു.

'സുമേയ, നീ പറഞ്ഞ കാര്യം ഞാൻ ഫോളോഅപ് ചെയ്തിരുന്നു. സാരമതിയുടെ ഡയറി ഇന്ത്യയിലേക്ക് അയയ്ക്കാൻ അറേഞ്ച് ചെയ്തിട്ടുണ്ട്. നിന്റെ കരുതലിന് നന്ദി.' അവരുടെ ശാന്തമായ മുഖം അപ്പോൾ ഒരു മെഴുകു പ്രതിമയെ ഓർമ്മിപ്പിച്ചു.

സുമേയ അതുകേട്ട് ഉള്ളാലെ വളരെ സന്തോഷിച്ചു. എങ്കിലും അതൊരു നേർത്ത പുഞ്ചിരിയായി മാത്രം അവളുടെ മുഖത്ത് പ്രത്യക്ഷപ്പെട്ടു. വികാരങ്ങളെ കയ്യടക്കത്തോടെ കൈകാര്യം ചെയ്യാനുള്ള പരിശീലനസ്ഥലമാകുന്നു ആശ്രമം.

'സാരമതി മാ, നിങ്ങൾക്ക് ഈ ചെറിയ ഉപകാരമെങ്കിലും എന്നെക്കൊണ്ട് ഉണ്ടാകട്ടെ.'

മഠാധിപതിക്ക് നന്ദി പറഞ്ഞിട്ട് തിരികെ നടന്നപ്പോൾ സുമേയ മൃദുവായ ശബ്ദത്തിൽ സ്വയം പറഞ്ഞു.

ചെറിയ നടവഴിയുടെ അരികിലെ ഫിർ മരത്തിൽനിന്ന് അപ്പോൾ ഒരു മാഗ്പൈ പക്ഷി ചിറകുവിരിച്ചു പറന്നകന്നു. അതുകണ്ടപ്പോൾ അ

വൾ പണ്ട് വായിച്ച ഒരു കാര്യം ഓർത്തെടുത്തു. മാഗ്പൈ പക്ഷികൾക്ക് ജീവിതാന്ത്യംവരെ ഒരേയൊരു ഇണയേ ഉണ്ടാവുകയുള്ളത്രേ...

ഇതൊരു പ്രതീകമാകുമോ?

എന്തിന്റെയെങ്കിലും?

സുമേയ ചിന്തകളെ പിന്നെയും ശാസിച്ചു.

കുറുകെ ചലിക്കുന്ന പാതകൾ

നേരം ഉച്ചതിരിഞ്ഞിരുന്നു.

ലഞ്ച് കഴിച്ചശേഷം പതിവുള്ള വിശ്രമത്തിലായിരുന്നു മധുകർ. കോളിങ്ങ് ബെല്ലിന്റെ ശബ്ദമാണ് മയക്കത്തിന്റെ ഇടനാഴിയിൽനിന്ന് അയാളെ തിരികെ വിളിച്ചത്. പുറത്ത് ആരോ പിന്നെയും ബെല്ലടിച്ചു. ഇത് പതിവില്ലാത്തതാണ്. അയാൾ തെല്ല് ആകാംക്ഷയോടെ ജനൽ വിരികൾ മാറ്റി നോക്കി. പുറത്ത് പോസ്റ്റുമാൻ വിഷണ്ണനായി നിൽക്കുന്നുണ്ട്. നിൽക്കണോ പോകണോ എന്ന് ആലോചിക്കുന്നതുപോലെ.

മധുകർ വേഗം ചെന്ന് വാതിൽ തുറന്നു.

'സാബിന് ഒരു പാഴ്സലുണ്ട്.' അയാൾ ധൃതിയോടെ പറഞ്ഞു.

'ഞാൻ വിചാരിച്ചു സാബ് വീട്ടിലുണ്ടാവില്ലെന്ന്!' അയാൾ കൂട്ടിച്ചേർത്തു.

അറുപതുകളിലേക്ക് യാത്ര തുടങ്ങിയ മധ്യവയസ്ക്കനായിരുന്നു മധുകർ. രാജസ്ഥാനിലെ തന്റെ വീട്ടിൽ ഒറ്റയ്ക്കായിരുന്നു താമസം.

ബാൻസുരി വായനയിൽ നിപുണനായ സംഗീതജ്ഞൻ!!

മധുകർ ശ്രദ്ധാപൂർവ്വം പാഴ്സൽ ഒപ്പിട്ടു വാങ്ങി. എന്നിട്ട് അത് തിരിച്ചും മറിച്ചും നോക്കി. ഫ്രം അഡ്രസ് ഇംഗ്ലണ്ടിൽ നിന്നാണ്. അവിടെനിന്ന് ആരാണിപ്പോൾ തനിക്കിത് അയയ്ക്കാൻ! അയാൾ ആശ്ചര്യപ്പെട്ടു.

പോസ്റ്റുമാന് ചെറിയ ടിപ്സ് കൊടുത്ത് പറഞ്ഞുവിട്ട ശേഷം മധുകർ പ്രാക്ടീസിംഗ് റൂമിലേക്ക് പോയി. പാഴ്സൽ മേശയിൽ വച്ചശേഷം കവർ ശ്രദ്ധാപൂർവ്വം തുറന്നു.

അതിനുള്ളിൽ ഒരു പഴയ ഡയറിയായിരുന്നു. അതിന്റെ കൂടെ, ഇംഗ്ലണ്ടിലെ ബുദ്ധിസ്റ്റ് മൊണസ്ട്രിയുടെ സീലുള്ള ഒരു കത്തും.

മധുകർ ആകാംക്ഷയോടെ കത്ത് തുറന്നു.

പ്രിയ സാർ,

ഇവിടുത്തെ മൊണസ്ട്രിയിൽ വച്ച് സാരമതി എന്ന ബുദ്ധസന്യാസിനി അടുത്തയിടെ ദേഹം വെടിഞ്ഞിരുന്നു. അവരുടെ അല്പമാത്രമായ അവശേഷിപ്പുകളിൽ ഈ ഡയറിയും ഉണ്ടായിരുന്നു. അതിലുണ്ടാ

യിരുന്ന അഡ്രസ് പ്രകാരമാണ് ഈ ഡയറി അയയ്ക്കുന്നത്.

ആത്മാശംസകളോടെ,

സിൽവർ ഹിൽ ബുദ്ധിസ്റ്റ് മൊണസ്ട്രി,

ഇംഗ്ലണ്ട്

മധുകർ വിറയലോടെ ഡയറി കയ്യിലെടുത്തു. ആദ്യത്തെ പേജിൽ ത്തന്നെ രാജസ്ഥാനിയിൽ എഴുതിയിരുന്ന ഒരു പേര് പനിനീർദളംപോലെ കാഴ്ചയെ തൊട്ടു.

'ചാർവി.'

തന്റെ ജീവനും മരണവുമായ നാമം.

അയാൾക്ക് ഹൃദയം വിറയ്ക്കുന്നതു പോലെ തോന്നി.

നെഞ്ചിലൊരു മഞ്ഞുമല ഉരുകുന്നു. ഹിമനദികൾ കരകളെ തകർത്തുകൊണ്ട് പിടഞ്ഞൊഴുകുന്നു. ധമനികളിൽ രക്തത്തിന് തണുപ്പേറുന്നു.

കുളിർന്നിട്ടെന്നപോലെ അയാൾ കൈകൾ മാറിൽ പിണച്ചുവച്ച് അല്പനേരം ഇരുന്നു.

വർത്തമാനകാലത്തിലേക്ക് തിരികെയെത്തിയപ്പോൾ, ഏറെക്കാലത്തിനു ശേഷം കൈവന്ന അമൂല്യവസ്തുവെന്നപോലെ സ്നേഹാധിക്യത്തോടെ ആ ഡയറിയിൽ ചുംബിച്ചു. എന്നിട്ട്, ഏറെ പ്രിയമായതൊന്നെന്നപോലെ ശ്രദ്ധാപൂർവ്വം ഡയറിയുടെ താളുകൾ മറിച്ചു.

ചാർവി എങ്ങിനെയാണ് സാരമതി എന്ന ബുദ്ധസന്യാസിനിയായത്? വൻകരകൾ താണ്ടി ഇംഗ്ലണ്ടിൽ എത്തിയത്?

അവളുടെ അക്ഷരങ്ങളിലൂടെ യാത്ര ചെയ്യവേ കണ്ണുകളിൽ നീറ്റൽ പടരുന്നത് മധുകർ അറിഞ്ഞു.

അവൾ മരിച്ചുവെന്നു നിനച്ച് ഹൃദയമുരുക്കിയ കഠിന വർഷങ്ങൾ ഓർത്തപ്പോൾ അയാൾക്ക് നാവിൽ കയ്പ്പു നിറഞ്ഞു. തികട്ടി വരുന്ന സങ്കടം അടക്കുവാൻ അയാൾ കണ്ണുകൾ മുറുക്കിത്തിരുമ്മി. എന്നിട്ട് പിന്നെയും ആ ഓർമ്മക്കുറിപ്പുകളുടെ താളുകളിലേക്ക് മിഴികൾ നട്ടു.

ആകാംക്ഷയും വ്യസനവും അയാളുടെ കാഴ്ചയെ ഞെരുക്കി.

കൈവിട്ടുപോയതൊന്ന് തിരികെ പിടിക്കുവാനെന്നപോലെ, ഓർമ്മകളുടെ തുഴ വഞ്ചിയേറി അവളുടെ വാക്കുകളിലൂടെ അയാൾ മൂന്നു ദശാബ്ദങ്ങൾ പിന്നോട്ടു തുഴഞ്ഞു.

മുപ്പത്താറ് വർഷങ്ങൾക്ക് മുൻപ്...

രാജസ്ഥാനിലെ മണൽക്കുന്നുകളുടെ നാടായ ഖിംസാർ ഗ്രാമത്തിലെ ചെമ്പിച്ചു തുടുത്ത ഒരു വൈകുന്നേരം.

പഴക്കമേറിയ ക്ഷേത്രത്തിലെ ചെങ്കല്ലുപാകിയ നൃത്തമണ്ഡപത്തിൽ നൃത്തം ചെയ്യുകയായിരുന്നു ചാർവി. കഥക് നൃത്തം അവൾക്ക് നന്നായി വഴങ്ങുമായിരുന്നു. വൈകുന്നേരങ്ങളിൽ ഇവിടെയെത്തി നൃത്തം ചെയ്യുന്നത് അവൾ വളരെ ഇഷ്ടപ്പെട്ടു.

മരുഭൂമിയെ തണുപ്പിച്ചുകൊണ്ട് വീശുന്ന കാറ്റിൽ സ്വയമലിഞ്ഞ് അവൾ ചുവടുകൾ വച്ചു. അവളുടെ ഖുങ്ക്രുവിന്റെ ശബ്ദം നിശ്ശബ്ദതയെ ഭേദിച്ച് ഉയർന്നുകൊണ്ടിരുന്നു.

ഇവിടേയ്ക്ക് അവളെ വിടാൻ യഥാസ്ഥിതികരായ അവളുടെ വീട്ടുകാർക്ക് താല്പര്യമുണ്ടായിരുന്നില്ല. എങ്കിലും വല്ലപ്പോഴും അമ്മയോട് സമ്മതം വാങ്ങി, വീടിന്റെ ശ്വാസംമുട്ടലിൽനിന്ന് പുറത്തു കടക്കാൻ അവൾക്ക് അത് അവസരമൊരുക്കി. വീട്ടിലെ ഒറ്റപ്പെട്ട അന്തരീക്ഷത്തിൽ നിന്നൊരു വിടുതൽ.

ശനിയാഴ്ചകളിൽ, ബാബാജിയെന്ന് അവൾ വിളിക്കുന്ന അവളുടെ പിതാവ് ജൽജേറയുടെ ലഹരിയിൽ വിശ്രമിക്കുന്ന വൈകുന്നേരങ്ങൾക്കായി അവൾ പ്രതീക്ഷയോടെ കാത്തിരിക്കുമായിരുന്നു.

നൃത്തം ചെയ്തു തളർന്നപ്പോൾ ചാർവി, ക്ഷേത്രത്തിന്റെ മുഖപ്പിലേക്കുള്ള കൽപ്പടവിൽ അല്പനേരം ഇരുന്നു.

വല്ലപ്പോഴുമെത്തുന്ന നോർത്തിന്ത്യൻ സഞ്ചാരികളല്ലാതെ, അവിടം വിജനവും ഒപ്പം മനോമോഹനവുമായിരുന്നു. കുന്നിൻ മുകളിലായിരുന്നു ക്ഷേത്രത്തിന്റെ ഇരിപ്പിടം എന്നതിനാൽ നോക്കെത്താദൂരത്തോളം ചെറിയ വീടുകളുടെ കൂട്ടങ്ങളും, മൊട്ടക്കുന്നുകളും കാണാം.

കാഴ്ചകളിലേക്ക് കണ്ണയയ്ച്ച്, ചിന്തകളുടെ നടപ്പാതയിലൂടെ അലസമായി സഞ്ചരിക്കവേ ചിലതെല്ലാം മുള്ളുപോലെ മനസ്സിൽ തറച്ചു.

സ്വാതന്ത്ര്യം?

മറ്റുള്ളവർക്കായി നേദിച്ചു നൽകിയ ജീവിതമോ പെണ്ണിന്റേത്? ആർക്കും അവനവന്റെ സൗകര്യമനുസരിച്ച് വഴി മാറ്റിയൊഴുക്കാവുന്ന അരുവി? ഓരോന്ന് ആലോചിക്കേ അവൾക്ക് മടുപ്പും നിസ്സഹായതയും തോന്നി.

ഇരുട്ടു വീഴാൻ തുടങ്ങിയപ്പോൾ അവൾ കൽമണ്ഡപത്തിന്റെ പടവുകളിറങ്ങി വീട്ടിലേക്ക് നടന്നു. ദൂരത്തല്ലാതെ കൽത്തൂണിനപ്പുറത്തുനിന്ന് നനുത്ത സംഗീതം ഒഴുകിവരുന്നുണ്ടായിരുന്നു. മുമ്പും അത് കേട്ടതായി ചാർവി ഓർത്തു. അവൾ ശബ്ദമുണ്ടാക്കാതെ അവിടേയ്ക്ക് നട

Smitha

ന്നെത്തി. കല്ലുകൊണ്ടുള്ള പുരാതന ഭിത്തിയോട് ചേർന്നിരുന്നിരുന്ന് ഒരാൾ *ബാൻസുരി വായിക്കുകയാണ്.

അയാളുടെ പ്രാണവായു ചുണ്ടുകളിൽ നിന്നും മുളങ്കുഴലിലൂടെ ഒഴുകി, വിരലുകളുടെ മാന്ത്രികതയിൽ രമിച്ച് അസുലഭമായ സംഗീതം പൊഴിച്ചുകൊണ്ടിരുന്നു.

കണ്ണടച്ച് അതു കേൾക്കെ അവൾക്ക് മനസ്സു നനയുന്നതുപോലെയും നിലാവിൽ നടക്കുന്നതുപോലെയും തോന്നി.

അവൻ ആരെയും ശ്രദ്ധിക്കാതെ സംഗീതത്തിൽ മുഴുകിയിരുന്നു. ഈ ലോകത്തിലേ അല്ല എന്നതുപോലെ!

ഹൃദയസാന്ദ്രമായ ശബ്ദം.

ഭക്തിയും പ്രണയവും ഒന്നുചേരുന്ന ധ്യാനഭാവം. അറിയാതെ, അവളുടെ കൈകാലുകൾ ആ ശബ്ദമധുവിനൊപ്പം നിശബ്ദമായ് ചലിച്ചു.

അയാൾ പുറം തിരിഞ്ഞിരിക്കുന്നതിനാൽ മുഖം കാണാൻ സാധിച്ചില്ല. അല്പനേരം കൂടി ആ സംഗീതം കേട്ട് അവൾ അവിടെ നിന്നെങ്കിലും, കുറച്ച് ആളുകൾ ആ ഭാഗത്തേക്ക് വരുന്നത് കണ്ടപ്പോൾ ശബ്ദപ്പെടാതെ വീട്ടിലേക്കു നടന്നു.

ആരായിരിക്കും അത്? അവൾ ഉത്തരമില്ലാത്ത സ്വയംചോദ്യം ചോദിച്ചു.

ചാർവിയുടെ വീട് ഒരു കോട്ടയെ ഓർമ്മിപ്പിച്ചിരുന്നു. ഒരു പുരാതന ഹവേലിപോലെ വലുത്. പഴമയുടെ കാൽപ്പാട് പതിഞ്ഞത്.

ഒന്നാം നിലയിലെ അവളുടെ മുറിയോടു ചേർന്ന്, കല്ലുകൊണ്ട് നിർമ്മിച്ച കൊത്തുപണികളുള്ള ഝരോഖ. അവിടെ നിന്നാൽ അങ്ങ് ദൂരെദൂരെ മരുഭൂവിലെ മണൽ കൂമ്പാരങ്ങൾ കാണാം. രാത്രികളിൽ നിലാവും നക്ഷത്രങ്ങളും തിരഞ്ഞ് അവൾ ഏറെ നേരം ഇവിടെ ചിലവഴിക്കാറുണ്ട്.

സ്വപ്നം കാണാനും ചിന്തകളെ സ്വതന്ത്രമാക്കാനും ഒരിടം.

മറ്റുള്ള കുട്ടികളുമായി ഇടപഴകാൻ അനുവദിക്കാതെ ഹോം സ്കൂളിങ്ങ് വഴിയായിരുന്നു ചാർവിയുടെ വിദ്യാഭ്യാസം. ബാബാജി വലിയ കണിശക്കാരനായതിനാൽ ആരും എതിർത്തു പറയാൻ ധൈര്യപ്പെട്ടില്ല. ഒറ്റമകളായതുകൊണ്ട് വളരെ നിഷ്ഠയോടെ ആയിരുന്നു അവളുടെ വളർച്ച. പാരമ്പര്യത്തെ ജീവനെക്കാൾ വിലമതിക്കുന്ന കുടുംബം!

ബാബാജിയും, ചാർവിയും, അമ്മയും അഞ്ചാറ് വേലക്കാരുമായിരുന്നു, അത്രയും വലിയ ഭവനത്തിലെ താമസക്കാർ.

*ബാൻസുരി – ഓടക്കുഴൽ പോലുള്ള സംഗീത ഉപകരണം

വല്ലപ്പോഴും വന്നുപോകുന്ന വിരുന്നുകാരൊഴികെ, നാട്ടുവഴക്കുകൾ തീർപ്പാക്കാൻ വരുന്ന ഗ്രാമീണരെ മാത്രമേ ഇടയ്ക്കൊക്കെ അവിടെ കാണാമായിരുന്നുള്ളു. അതുകൊണ്ടുതന്നെ ക്ഷേത്രത്തിലേക്കുള്ള യാത്ര ചാർവിക്ക് ഒരു പരോൾപോലെ മധുരതരമായിരുന്നു.

ക്ഷേത്രത്തിൽനിന്ന് തിരികെയെത്തിയ ശേഷം, വൈകിട്ടത്തെ വിശ്രമനേരത്ത് അവൾ ഓരോന്ന് ആലോചിച്ചുകൊണ്ടിരുന്നു. അതിന്റെ അനുരണങ്ങൾ തന്റെ പ്രിയപ്പെട്ട ഡയറിയിൽ അവൾ കുറിച്ചു.

'ഇന്നു ഞാൻ കേട്ടു, ഒരു മനോഹരഗീതം. ഒരേകാന്തഹൃദയത്തിൻ മധുരസാന്ദ്രമാം രാഗം.'

രാത്രി ഉറങ്ങാൻ കിടന്നപ്പോൾ എണ്ണവിളക്കിന്റെ തിരി ഉയർത്തിവച്ച് മിർസാ സാഹിബിന്റെ ഉർദു കവിതകളുടെ സമാഹാരം അവൾ കൈകളിലെടുത്തു. എത്ര മനോഹരമായാണ് അദ്ദേഹം ജീവിതത്തെ വാക്കുകളിലൂടെ വരച്ചുകാട്ടുന്നത്. ആ വരികളിലൂടെ വായിച്ചുനീങ്ങുമ്പോൾ ശരീരം ഇല്ലാതാകുന്നതുപോലെയും ആത്മീയാനുഭൂതിയിലൂടെ സ്വതന്ത്രമായി വിഹരിക്കുന്നതായും അവൾക്ക് അനുഭവപ്പെട്ടിട്ടുണ്ട്.

വാക്കുകളാൽ അനശ്വരരായവർ ഭാഗ്യമുള്ളവർ!

ഓരോന്ന് ആലോചിച്ച് അവൾ സ്വപ്നചലിതമായ ഒരു ഉറക്കത്തിലേക്ക് സഞ്ചരിച്ചു.

ആഴ്ചകൾ കടന്നുപോയി. ചില പര്യന്വേഷണങ്ങളിലൂടെ ക്ഷേത്രാങ്കണത്തിലെ ആ സംഗീതക്കാരൻ ആരാണെന്ന് അവൾ കണ്ടുപിടിച്ചു.

ക്ഷേത്രത്തിൽനിന്ന് അധികം ദൂരെയല്ല വീട്.

പേര് മധുകർ.

ഒരു സാധാരണ കുടുംബത്തിലെ ഇളയ മകൻ.

അന്നന്നു കഴിഞ്ഞുകൂടാൻ ബുദ്ധിമുട്ടുന്നവർ.

അവൾക്ക് അവനെ കൂടുതൽ അറിയാനുള്ള തൃഷ്ണ കൂടിയതേയുള്ളു. കൊച്ചുകൊച്ചു നിരീക്ഷണങ്ങളിലൂടെ, ചെറിയ അറിവുകൾ കൂട്ടിവച്ച്, അവൾ മധുകറിനെക്കുറിച്ചുള്ള മനോചിത്രങ്ങൾ മെനഞ്ഞുകൊണ്ടിരുന്നു.

അവളുടെ ഡയറിത്താളുകളിൽ വാക്കുകൾ ചിത്രശലഭങ്ങൾപോലെ പറന്നു.

'വിരിയാത്ത പൂമൊട്ടുകൾ ചൂടിയ തടാകമാകുന്നു എന്റെ ഹൃദയം.

വരിക, നിന്റെ ഹൃദയത്തിലേക്ക് എന്റെ സ്നേഹത്തിന്റെ ഉറവകളെ സ്വതന്ത്രമാക്കുക.'

ദിവസങ്ങൾക്കു ശേഷം ഒരു വൈകുന്നേരം അവൾ നൃത്തമണ്ഡപത്തിൽനിന്ന് ഇറങ്ങി വന്നപ്പോൾ അവനെ വീണ്ടും കണ്ടു. മധുകർ അവളെ നോക്കി മൃദുവായി ചിരിച്ചു.

അവൾ തെല്ലു പരിഭ്രമത്തോടെ അവനു നേരേ പുഞ്ചിരിച്ചിട്ട് വേഗം നടന്നു.

'നിൽക്കൂ, എന്താണ് പേര്?' അവൻ ചോദിച്ചു.

അവൾ മറുപടി പറഞ്ഞില്ല.

'കുട്ടിയുടെ ലാസ്യം മതിഹരമാണ്. ഞാൻ ചില ദിവസങ്ങളിൽ നോക്കി നിൽക്കാറുണ്ട്.' മറുപടി ഇല്ലെന്നു കണ്ടപ്പോൾ അവൻ പുറകിൽ നിന്നും വിളിച്ചുപറഞ്ഞു.

അവൾ തിരിഞ്ഞ് മധുകറിനു നേരേ കൈ കൂപ്പിയിട്ട് ധൃതിയിൽ നടന്നുമറഞ്ഞു. അവൻ പറഞ്ഞതുകേട്ട് ചാർവിക്ക് തെല്ല് അഭിമാനം തോന്നാതിരുന്നില്ല. വീട്ടുകാർ ഒരിക്കലും ഇക്കാര്യത്തെക്കുറിച്ച് നല്ലതൊന്നും പറഞ്ഞിട്ടില്ല. ഒരു നേരമ്പോക്കിനേക്കാൾ പുച്ഛത്തോടെയാണ് ബാബാജി നൃത്തത്തെ കാണുന്നത്. അവൾ വിഷാദത്തോടെ ഓർത്തു.

മാസങ്ങൾ മുന്നോട്ടുപോയി. അവരുടെ കൂടിക്കാഴ്ചകൾ വീണ്ടുമുണ്ടായി. ശനിയാഴ്ചകളിലെ വൈകുന്നേരങ്ങൾക്കായി അവർ ഒരേപോലെ കാത്തു. അവരുടെ അടുപ്പത്തിന്റെ ജലപ്രവാഹം, മഴയേറ്റ് ഉറവയെടുത്ത അരുവിയിൽ നിന്നും, കൂടുതൽ തീവ്രമായ നദിയൊഴുക്കായി പരിണമിച്ചുക്കൊണ്ടിരുന്നു.

അവന്റെ രാഗാർദ്രമായ സംഗീതത്തിനൊപ്പം അവൾ മനോഹരമായി നൃത്തം ചെയ്തു. ചിലങ്കകൾ ബാൻസുരിയുമായി ജുഗൽബന്ദികളൊരുക്കിയ ദിനങ്ങളിൽ അവളുടെ പാദങ്ങളിൽ ചോര പൊടിഞ്ഞു. രണ്ട് സുകുമാര കലകൾ ഒന്നൊന്നിനോട് ഇഴുകിച്ചേർന്ന് പുതിയ വിസ്മയങ്ങളൊരുക്കുന്നതിന് മരുക്കാറ്റും ആകാശവും സാക്ഷിയായി.

രണ്ടു ഹൃദയങ്ങളിലേക്ക് വേരുകൾ പടർത്തുന്ന പ്രണയം എന്ന ഒറ്റമരം ആ മരുഭൂമിയിൽ വളർന്നുതുടങ്ങിയിരുന്നു. വേനൽ രുചിച്ച രണ്ടു ഹൃദയങ്ങൾ ജീവന്റെ പച്ചനിറം അണിയുകയായിരുന്നു.

വീട്ടുകാർ അറിഞ്ഞാൽ പിന്നെയൊരിക്കലും ഒരു കൂടിക്കാഴ്ച ഉണ്ടാവില്ലെന്ന് അവൾക്ക് നന്നായി അറിയാം. എങ്കിലും, അവരുടെ ദുർല്ല

ഭമായ കണ്ടുമുട്ടലുകൾ തുടർന്നു.

അവളുടെ വാക്കുകൾ പിന്നെയും പൂക്കളായി വിരിഞ്ഞു.

'സ്നേഹത്തിന്റെ മലനിരകളിലൂടെ ഒഴുകിയിറങ്ങുന്ന നദിയാകുന്നു ഞാൻ. എന്റെ കരയോരങ്ങളിൽ പക്ഷികൾ വിശ്രമിക്കുന്നു. പൂമരങ്ങൾ ഋതുക്കളൊഴിയാതെ പൂവിടുന്നു. രാത്രികളിലേക്ക് പൗർണ്ണമികൾ പ്രവേശിക്കുന്നു. അമാവാസികളെ നക്ഷത്രങ്ങളാൽ പ്രകാശവേദ്യമാക്കുന്നു.

ഇരുട്ടിന്റെ യവനികയെ എന്റെ ഹൃദയം തൂത്തെറിയുന്നു. എന്റെ കാവൽക്കാരാ, സംഗീതത്തിന്റെ കണങ്ങളാൽ എന്നെ ബോധോദയത്തിലേക്ക് ആനയിക്കുക.'

അന്നൊരു ദിവസം അന്തരീക്ഷത്തിൽ നേർത്ത തണുപ്പുണ്ടായിരുന്നു. ക്ഷേത്രത്തിന്റെ രൂപമണ്ഡപത്തിലെ എണ്ണവിളക്കിൽ ചാർവി ദീപം തെളിച്ചു. മധുകർ അവളുടെ അരികിലേക്ക് നടന്നെത്തി. എന്നിട്ട് സ്നേഹപൂർവ്വം അവളുടെ കൈ പിടിച്ചു.

'ചാർവീ, കണ്ണടയ്ക്കൂ'

അവൾ ചോദ്യഭാവത്തിൽ അവനെ നോക്കി. എന്നിട്ട് അവൻ പറഞ്ഞതുപോലെ അനുസരിച്ചു. മധുകർ മറ്റേ കയ്യിൽ മറച്ചു പിടിച്ചിരുന്ന റൊഹിദപ്പൂക്കളുടെ മാല അവളുടെ കഴുത്തിൽ അണിയിച്ചു.

കഴുത്തിൽ ഇതളുകളുടെ നനുത്ത സ്പർശമേറ്റപ്പോൾ അവൾ കണ്ണു തുറന്നു. ഓറഞ്ചു നിറമാർന്ന പൂക്കൾ അവളുടെ കഴുത്തിൽ പറ്റിച്ചേർന്നു കിടന്നു. വിറയാർന്ന വിരലുകളാൽ പതിയെ അവൾ പൂക്കളെ തലോടി.

'ഞാൻ നിന്നെ എന്റെ ജീവന്റെ പാതിയായി സ്വീകരിക്കുന്നു. ഈ ക്ഷേത്രം മാത്രം സാക്ഷി.' മധുകർ സ്നേഹാധിക്യത്താൽ നേർത്തുപോയ ശബ്ദത്തിൽ പറഞ്ഞു.

അവൾ അമ്പരപ്പോടെ അവനെ നോക്കി.

'ഈ പൂക്കൾ ഞാൻ നട്ടുവളർത്തിയ മരത്തിന്റേതാണ്. നമ്മുടെ ഒന്നിക്കലിന് അവരേക്കാൾ നിശബ്ദരായ അതിഥികളാവാൻ വേറെയാർക്ക് പറ്റും!' മധുകർ പുഞ്ചിരിച്ചു.

ചാർവി ഒട്ടുനേരം പരിസരബോധം നഷ്ടപ്പെട്ടവളേപ്പോലെ നിന്നു.

'മറ്റൊന്നു കൂടി ഞാൻ നിനക്കായി കരുതിയിട്ടുണ്ട്.' മധുകർ അവളുടെ കൈ പിടിച്ചു. ചെമ്പുകൊണ്ടുണ്ടാക്കിയ, കൊത്തുപണികളുള്ള ഒരു കാപ്പുവള അരുമയോടെ അവൻ അവളുടെ കയ്യിൽ ഇട്ടുകൊടുത്തു.

'ഇത് എന്റെ മുത്തശ്ശി തന്നതാണ്. പരമ്പരാഗതമായി കൈമാറി കിട്ടിയത്. ഞാൻ അവരോട് നിന്നെക്കുറിച്ച് പറഞ്ഞിട്ടുണ്ട്. അവർ നിനക്കായി നൽകിയ സമ്മാനമാണ്. എന്റെ പെണ്ണ് നീയാണെന്ന് അവർക്കറിയാം.'

ചാർവി അവന്റെ നേർത്തുനീണ്ട വിരലുകളിൽ പിടിച്ചു. അവളുടെ ഇളംചൂടുള്ള കൈകളിൽ അവ അടക്കമുള്ള കുട്ടികളെപ്പോലെ ഒതുങ്ങി നിന്നു.

അവൾ അവന്റെ വിരലുകളിൽ മൃദുവായി ചുംബിച്ചു. ശേഷം, ആ പൂമാല ഊരി അവന്റെ കഴുത്തിൽ അണിയിച്ചു. മൗനമധുരമാർന്ന നിമിഷങ്ങൾ രണ്ടു മനുഷ്യർ മാത്രമുള്ള ഒരു ലോകത്തെ സൃഷ്ടിച്ചു. സ്നേഹം മണക്കുന്ന, രുചിക്കുന്ന, പരസ്പരം തൊട്ടെടുക്കാവുന്ന ഒരിടം.

ഏറ്റവും സൗമ്യമായ ഒരു ആശ്ലേഷത്തിൽ അവർ ചേർന്നുനിന്നു. പ്രപഞ്ചത്തിന്റെ ആരംഭത്തോളം പഴക്കമുള്ള രണ്ട് ശിലാപ്രതിമകളെപ്പോലെ!

യാഥാർത്ഥ്യങ്ങളുടെ മുൾക്കാടുകളിലേക്ക് കണ്ണു തുറന്നപ്പോൾ ചാർവി നനഞ്ഞ ശബ്ദത്തിൽ പറഞ്ഞു:

'മധൂ, വീട്ടുകാർ നമ്മളെ ഒരിക്കലും അംഗീകരിക്കില്ല. നിനക്കതറിയാം...'

അതു കേട്ട് അവൻ പ്രതിഷേധരൂപത്തിൽ തലകുടഞ്ഞു.

'അതൊന്നും ഞാൻ ഓർക്കാൻ ഇഷ്ടപ്പെടുന്നില്ല. എനിക്ക് ഇണയായി നീയല്ലാതെ മറ്റൊരാൾ ഒരിക്കലും ഉണ്ടാവില്ല.' അവൻ ഉറച്ച ശബ്ദത്തിൽ പറഞ്ഞു.

ആകാശത്ത് മേഘങ്ങൾ സ്വർണ്ണ വലയങ്ങൾ തീർത്തു. റൊഹിദ പൂക്കളുടെ സുരഭിലഗന്ധം അന്തരീക്ഷത്തിൽ തങ്ങിനിന്നു. ദൂരെനിന്ന് കാറ്റിന്റെ പതിഞ്ഞ ഗാനം ഉയർന്നു.

'നേരം വൈകിയിരിക്കുന്നു. തിരിച്ചുപോകണം' അവൾ മന്ത്രിക്കുംപോലുള്ള സ്വരത്തിൽ പറഞ്ഞു.

അവൻ അവളെ ചേർത്തുപിടിച്ച്, വിയർപ്പുമണികൾ പൊടിച്ചുനിന്ന നെറ്റിയിൽ ചുംബിച്ചു. എന്നിട്ട്, പൊയ്ക്കോളാൻ ആംഗ്യം കാണിച്ചു. അവൾ വളരെ സാവധാനം ഒതുക്കുകൾ ഇറങ്ങി നടന്നു.

'ചാർവീ, എന്റെ പിറവിതന്നെ നിന്നെ കണ്ടെത്താനായിരുന്നെന്ന് നിനക്കറിയില്ല.' അവൾ തിരികെപ്പോകുന്നത് നോക്കിനിൽക്കേ അവൻ പതിയെ പറഞ്ഞു.

കഴുത്തിലെ പൂമാല ഊരി അവൻ വിഗ്രഹത്തിന്റെ പാദങ്ങളിൽ വ

ച്ചു. എന്നിട്ട് അല്പം ദൂരമിട്ട് അവനും വീട്ടിലേക്ക് നടന്നു.

മധുരവും ചവർപ്പും ചേർന്നൊരു മിശ്രിതംപോലെ അന്നത്തെ ദിവസത്തെ ചാർവി ഡയറിയിൽ കുറിച്ചിട്ടു.

'ഓ ഹൃദയമേ നീയെത്രമേൽ നിഗൂഢം! നിന്റെയുൾക്കാഴ്ചകൾ എത്രമേൽ അമേയം! എങ്കിലും ചിലപ്പോൾ നീയും അന്ധമോ? സ്നേഹത്താൽ ഉയിർക്കുകയും മരിക്കുകയും ചെയ്യുവാൻ?'

നിയതമായ സമയക്രമത്തോടെ ദിവസങ്ങൾ കൊഴിഞ്ഞുകൊണ്ടിരുന്നു. ഒരു വരണ്ട സന്ധ്യയിൽ ക്ഷേത്രത്തിന്റെ വശത്തുള്ള പടവുകിണറിന്റെ അരികിലേക്ക് കൈകാൽ കഴുകുവാൻ ഇറങ്ങി വരികയായിരുന്നു ചാർവി.

നൃത്തം കഴിഞ്ഞ് വിയർത്തൊഴുകുന്നുണ്ടായിരുന്നു അവൾ. ആയിടം ആളൊഴിഞ്ഞ് വിജനമായിരുന്നു. മധുകർ മണ്ഡപത്തിന്റെ കൽത്തൂണുകൾക്കിടയിലൂടെ സാവധാനം നടന്ന് അവൾക്കരികിലേക്ക് വന്നു.

അവൾ ഇഷ്ടം പൊതിഞ്ഞ വിഷാദത്തോടെ അവനെ നോക്കി പുഞ്ചിരിച്ചു.

'ഞാൻ ബാവ്ഡിയിലേക്ക് നടക്കുകയായിരുന്നു. ഒന്ന് മുഖം കഴുകണം.' ചാർവി പറഞ്ഞു.

'ഇന്നെന്തേ ദുഃഖഭാവം? വരൂ, ഇത്തിരി നേരം ഇരുന്നിട്ട് പോകാം.' അവൻ അവളുടെ കൈ പിടിച്ചു.

കൽത്തൂണുകൾക്ക് മറവിൽ മിനുത്ത കല്ലുപാകിയ തണുത്ത തറയിൽ അവർ ഇരുന്നു.

അവർ അന്യോന്യം മാല ചാർത്തിയ ശേഷം രണ്ടു മാസങ്ങൾ കടന്നുപോയിരിക്കുന്നു. മുത്തശ്ശിയുടെ കാപ്പുവള മറ്റാരും കാണാതെ ചാർവി സൂക്ഷിച്ചുവച്ചിട്ടുണ്ട്.

'നമ്മൾ നമ്മളെ കണ്ടെത്തിയിട്ട് ഒരു ജീവിതദൂരം കഴിഞ്ഞതുപോലെ.' അവൻ അവളുടെ കൈകളിൽ പതിയെ തൊട്ടുകൊണ്ട് പറഞ്ഞു.

അവൾ വിടർന്ന കണ്ണുകളോടെ സാകൂതം അവനെ നോക്കി. ചെമ്പ് ഉരുക്കിയൊഴിച്ചതുപോലെ രണ്ട് ജലാശയങ്ങൾ അവളുടെ കണ്ണുകളിൽ തിളങ്ങി. അതിലേക്കിറങ്ങിച്ചെന്ന് മുങ്ങിത്താണ് ശ്വാസംമുട്ടണമെന്ന് അവന് തോന്നി.

അവന്റെ നോട്ടമേറ്റപ്പോൾ ഉള്ളിലെവിടെയോ ഒരു കോട്ടവാതിൽ ഭേദിക്കപ്പെടുന്നത് അവൾ അറിഞ്ഞു. ആയുധങ്ങൾ കൈവശമില്ലാത്ത ഒ

രു പടയാളി, ഉറച്ച കാൽവയ്പ്പുകളോടെ മുന്നേറുകയാണ്. തടസ്സങ്ങളുടെ പരശതം അമ്പെയ്ത്തുകൾ അയാൾ ഗൗനിക്കുന്നതേയില്ല. ആ കോട്ടയിൽ തടവിലാക്കപ്പെട്ട വെളിച്ചം സ്വതന്ത്രമാക്കുക മാത്രമാണ് അയാളുടെ ലക്ഷ്യം.

പ്രജ്ഞയ്ക്ക് നിയന്ത്രിക്കാനാവാത്ത ഒരു ഭ്രമാവസ്ഥയിലേക്ക് അവർ എത്തിപ്പെട്ടിരുന്നു.

മരുക്കാറ്റ് അവരുടെ ചിന്തകളുടെ തീ ആളിച്ചുകൊണ്ട് മെല്ലെ വീശിക്കൊണ്ടിരുന്നു. അവളുടെ ഓരോ കോശങ്ങളേയും തന്നിലേക്ക് ആവഹിക്കാനെന്നപോലെ, അവൻ അവളുടെ നൃത്തം ചെയ്തു ചുവന്ന പാദങ്ങളിൽ ദീർഘമായി ചുംബിച്ചു.

തൃഷ്ണയുടെ ഒരു നദി, കാൽപ്പാദങ്ങളിലൂടെ, ചിലങ്കകളിലൂടെ പതിയെ, വളരെ പതിയെ, അതിന്റെ ഉല്പത്തിയിലേക്ക് ഒഴുകിക്കയറി.

പദസ്പർശമേൽക്കാത്ത അദ്രികളിൽ അവൻ ധ്യാനപൂർവ്വം അധരങ്ങളാൽ നടപ്പാതകൾ തീർത്തു. ഓരോ ശൃംഗത്തെയും ചുംബനത്തിന്റെ കൊടികളാൽ അലങ്കരിച്ചു.

കരയുടെ ആഴം തിരയുന്ന കടൽ അവിടെ ഓരോ മണൽത്തരിയും കുഴിച്ചെടുത്തു. പൊടിച്ചുനിന്ന വിയർപ്പുമണികളിലെ സ്വേദരസം രുചിച്ചു.

നനച്ചു.

ഉയിർപ്പിച്ചു.

ഉന്മാദമേറ്റു.

അവിഭജിതമായ ആദിമഭൂവുടലെന്നപോലെ രണ്ടു സത്തകൾ ദൃശ്യശരീരങ്ങളാൽ പരസ്പരം പുണർന്നു.

മഴ.

മഞ്ഞ്.

വെയിൽ.

കരയിലേക്ക് കടൽ ശരീരം ഒഴുകിക്കീഴടങ്ങി. ഉപ്പിന്റെ നീറ്റലിൽ കരയുടൽ പുളഞ്ഞു. കടൽ ജീവനെ വഹിച്ച തിരകൾ അടയിരിക്കാനുള്ള ആഴങ്ങൾ തേടി യാത്ര തുടർന്നു.

ഇരുട്ടു വീണു.

നേർത്ത നിലാവെളിച്ചത്തിൽ കരയും കടലും ഒരേ തപസ്സിലേക്ക് വേർപിരിഞ്ഞു. ഇനിയൊരിക്കലും ഒരു പൗർണ്ണമിയെ ആവശ്യമില്ലെന്നതുപോലെ. ഇനിയൊരു വേലിയേറ്റത്തിനും ഉലയ്ക്കാനാവാത്തതുപോലെ.

ഉഷ്ണക്കാറ്റിന്റെ അകമ്പടിയോടെ വീട്ടിലേക്ക് നടക്കുമ്പോൾ ചാർവിയുടെ ചിന്തകളിൽ ഉയർന്ന ചോദ്യങ്ങൾ മൂടൽമഞ്ഞിൽപ്പെട്ട വഴിത്താ

രപോലെ അവ്യക്തവും ചിതറിയതുമായിരുന്നു.

മനസ്സു കവിഞ്ഞൊഴുകുമ്പോൾ സ്നേഹം ശരീരങ്ങളെ വശംവദമാക്കുമോ? പരസ്പരം ആലിംഗനം ചെയ്യാൻ കഴിയാത്തതിനാലാവുമോ ആത്മാവുകൾ ശരീരത്തെ ഉപകരണമാക്കുന്നത്? പ്രപഞ്ചത്തിന്റെ അദൃശ്യ രഹസ്യങ്ങൾ ആരറിയുന്നു!

ജന്മനിയോഗം പൂർത്തിയാക്കാൻ നമ്മൾ ഓരോ നിമിഷവും മുന്നോട്ടു സഞ്ചരിക്കുന്നു. നിറവേറപ്പെടാത്ത ആശകളാൽ ദഹിച്ച് പലരും ഒടുങ്ങുന്നു. നിറവേറപ്പെട്ട ആശകളിൽ മുങ്ങി പലരും മരിക്കുന്നു.

ഏതാണ് അഭികാമ്യം? ഒരോ ജീവിത നിമിഷവും പിറന്നുവീഴുമ്പോൾ, ആ നിമിഷത്തിന്റെ സാധ്യതകളെ മാത്രം കണക്കിലെടുത്തുള്ള ജീവിതമോ? അതോ, എടുക്കാത്ത തീരുമാനങ്ങളെയോർത്ത് പരിതപിച്ചു തീരുന്ന ജന്മമോ?'

മരുഭൂമിയിലെ നഷ്ടം

വീട്ടിൽ തിരികെയെത്തിയപ്പോൾ അവൾ വഴി മറന്നൊരു മഴപ്പക്ഷി യേപ്പോലെ ചകിതയായിരുന്നു. അവളുടെ മുടിയിലേക്കും വസ്ത്രത്തി ലേക്കും സൂക്ഷിച്ചു നോക്കിയിട്ട് ബാബാജി ഇരുത്തി മൂളി. അതുകേട്ട് അവളുടെ നെഞ്ച് കിടുകിടുത്തു.

'എവിടെയായിരുന്നു നീ ഈ സന്ധ്യാ സമയം വരെ?' അയാളുടെ ഒ ച്ചയുയർന്നു.

അവൾ പേടിച്ചുപോയി.

'പെൺകുട്ടിയാണെന്ന് നോക്കില്ല. അടിച്ച് കരണം പുകയ്ക്കും ഞാൻ.' അയാൾ അവൾക്കു നേരേ കയ്യോങ്ങി.

ശബ്ദം കേട്ട് വേലക്കാർ എത്തി നോക്കി.

പൂജാമുറിയിലായിരുന്നു അമ്മ. അവർ നിസ്സഹായതയോടെ മകളെ നോക്കി.

'നിന്റെ മകളെ ത്രിസന്ധ്യയ്ക്ക് അലയാൻ വിട്ടുകൂടാ. ഇനി എന്റെ അനുവാദമില്ലാതെ പുറത്തിറങ്ങിയാൽ അവളുടെ ആട്ടക്കളി ഞാൻ അ തോടെ നിർത്തും.' ബാബാജി അരിശത്തോടെ ചാർവിയുടെ അമ്മയോ ട് ശബ്ദം കനപ്പിച്ചു പറഞ്ഞു.

ചാർവി വിഷമത്തോടെ അമ്മയെ നോക്കി. എന്നിട്ട് തലകുനിച്ച് അവ ളുടെ മുറിയിലേക്ക് നടന്നു. തടവറയുടെ മതിലുകൾക്ക് കനം വയ്ക്കു ന്നത് അവൾ അറിഞ്ഞു.

'വേദനയും മധുരവുമെന്ന ഇരുകരകളെ തഴുകി ഒഴുകുന്ന നദിയാ കുന്നു സ്നേഹം.'

രാത്രിയിൽ ഛരോഖയിൽനിന്ന് ആകാശത്തേക്ക് നോക്കി നിൽക്ക വേ ഏതോ ഒരു വിദൂരദേശത്ത് എത്തിയതുപോലെ അവൾക്ക് തോന്നി. വാക്കുകളുടെ അമ്പുകളേറ്റിട്ടും ഹൃദയം മുറിയുന്നില്ല. നെഞ്ചിലൊരു ഉ ദ്യാനം പൂത്തുനിൽക്കുന്നപോലെ.

ഓർമ്മകളുടെ സംവേദനങ്ങളിലലിഞ്ഞ് രാത്രി പകലിലേക്ക് ഒഴുകി.

ദിവസങ്ങൾ ആഴ്ചകളിലേക്ക് വളർന്നുകൊണ്ടിരുന്നു. വളപ്പിന് പുറത്തേക്ക് പോകാൻ ചാർവിക്ക് അനുവാദമില്ലായിരുന്നു. തടഞ്ഞുവയ്ക്കപ്പെട്ട ഓരോ നിമിഷങ്ങളിലും പൂർവ്വാധികം ശക്തിയോടെ അവളുടെ ചിന്തകൾ അവനിലേക്ക് സഞ്ചരിച്ചു.

കാണാതെ കണ്ടു.

തൊടാതെ തൊട്ടു.

'നിന്നെക്കുറിച്ചുള്ള നിനതങ്ങളാൽ എന്റെ ദിനങ്ങൾ ഒരു സ്വപ്നം പോലെ കടന്നുപോകുന്നു. നിലാവുദിക്കുന്നു. നക്ഷത്രങ്ങളെന്റെ ചുറ്റും നൃത്തം ചെയ്യുന്നു. നീയോമനിച്ചൊരീ ദേഹത്തെ, രാത്രികൾ കറുത്ത കമ്പളം നീർത്തി പൊതിയുന്നു. പകൽ പ്രകാശത്താൽ ഉദയങ്ങൾ എന്നെ സ്വാഗതം ചെയ്യുന്നു.

കിളികളൊരു കൊച്ചുഗീതം എനിക്കായ് പകർന്ന് പറക്കുന്നു. പതുങ്ങിയെത്തും കാറ്റിനും, ഇറുന്നുവീഴും മഴത്തുള്ളിക്കും എന്റെ ആത്മാവിൽ ഞാൻ അഭയം കൊടുക്കുന്നു. രക്ഷയോ ശിക്ഷയോ എന്നറിയാത്തൊരു മൂന്നാം പ്രപഞ്ചത്തിലേക്ക് ഞാൻ പതിയെ സഞ്ചരിച്ചുകൊണ്ടിരിക്കുന്നു.

നിന്റെ കണ്ണുകളിൽ പണ്ടെപ്പഴോ തെളിഞ്ഞ തിളക്കം എന്റെ വഴികാട്ടിയാകുന്നു. അതിലൂറിയ നോവ് എന്റെ ഹൃദയത്തിന്റെ മുറിവും.

ദിഗന്തങ്ങൾ പരസ്പരം ഏറ്റുമുട്ടുന്ന ഇടിമുഴക്കങ്ങളിൽ നിന്റെ സാന്നിധ്യം ഞാൻ അനുഭവിക്കുന്നു. മൗനത്തിന്റെ മേഘങ്ങൾക്കുള്ളിൽ, പെയ്യാൻ കൊതിച്ച് ഞാൻ നിനക്കായ് കാക്കുന്നു.

ദിനരാത്രങ്ങൾ എന്നെ കടന്ന് പറക്കുന്നു. അവരുടെ രാജവസ്ത്രാഞ്ചലത്തിലൊരു തുന്നൽച്ചിത്രംപോലെ എന്റെ ഭൂതകാലം ദൂരേയ്ക്ക് മറയുമ്പോൾ, വർത്തമാനത്തിന്റെ നോവുകളിൽ ചവിട്ടി ഞാൻ നടക്കുന്നു. വഴിയിലെ പൂക്കളോരോന്നും സുഖമോ എന്ന് ചോദ്യമെറിയുന്നു. കൺമുനയിലെ കലക്കത്താൽ ഞാനവർക്ക് ഉത്തരമേകുന്നു. എങ്ങിനെ മറക്കും എന്റെ ജീവന്റെ പ്രേരകം?'

ഉറങ്ങിയും ഉണർന്നും ചിട്ടയൊത്ത സൈനികരേപ്പോലെ ദിനങ്ങൾ കൃത്യതയോടെ ചലിച്ചു.

കുറച്ചു ദിവസങ്ങളായി ഒരു അസ്വസ്ഥത ചാർവിയെ അലോസരപ്പെടുത്തിയിരുന്നു.

അവളുടെ ക്ഷീണവും വിളർച്ചയും അമ്മയും ശ്രദ്ധിച്ചു. മനസ്സിലുയർന്ന സംശയം ഒരിക്കലും ശരിയായിരിക്കരുതേ എന്ന് ആ ദുർബ്ബലസ്ത്രീ പ്രാർത്ഥിച്ചുകൊണ്ടിരുന്നു.

അടിവയറ്റിൽ കാളൽ തോന്നുമ്പോൾ ചാർവി പലകുറി ഛർദ്ദിച്ചു. അമ്മ പലവട്ടം ചോദിച്ചിട്ടും ചാർവി ഒരക്ഷരം ഉത്തരം പറഞ്ഞില്ല. എത്തിച്ചേർന്ന കടലാഴച്ചുഴിയെപ്പറ്റി അവൾക്ക് ബോധ്യമുണ്ടായിരുന്നു. ഓരോ നിമിഷവും വലിച്ചു താഴ്ത്തി, ഇനിയൊരിക്കലും പുറംലോകം കാണാത്ത വിധം മുക്കിക്കൊല്ലാൻ കെൽപ്പുള്ള ചുഴി. എങ്കിലും അതിന്റെ ഏറ്റവും അടിയിൽ ഒരു കാത്തിരിപ്പുകേന്ദ്രമുണ്ടെന്നും, മധുകർ അവിടെ ഉണ്ടാവുമെന്നും അവൾ ആശ്വസിച്ചു. ഓരോ കശക്കിയേറിലും മുങ്ങിത്താഴ്ച്ചയിലും അവൾ കൈത്തലം സ്വന്തം അടിവയറോട് ചേർത്തുവച്ചു. അദൃശ്യമായൊരു ജീവനെ സംരക്ഷിക്കാനെന്നപോലെ.

വാർത്ത ബാബാജിയുടെ കാതിലെത്താൻ താമസമുണ്ടായില്ല.

കലികൊണ്ട സർപ്പത്തേപ്പോലെ വിറഞ്ഞുതുള്ളിയ അയാളുടെ ഓരോ പ്രഹരവും ഉഷ്ണജലപ്രവാഹംപോലെ അവളെ പൊള്ളിച്ചു.

എന്നിട്ടും ആ പൂമൊട്ടിന്റെ ഉത്തരവാദി ആരെന്ന് അവൾ വെളിപ്പെടുത്തിയില്ല. അത് മധുകറാണെന്ന് അറിഞ്ഞാൽ അവളുടെ ബന്ധുക്കൾ അവനെ നിശ്ചയമായും കൊല്ലുമെന്ന് അവൾക്ക് ഉറപ്പായിരുന്നു.

സുബോധത്തിനും ബോധക്കേടിനും ഇടയിൽ ഇഴയുമ്പോൾ അവൾക്ക് ഒറ്റ ആഗ്രഹമേ ഉണ്ടായിരുന്നുള്ളു. മൂന്നു ജീവൻ രക്ഷിക്കണം.

ദിവസങ്ങൾ വേട്ടപ്പട്ടികളെപ്പോലെ അവളുടെ ശരീരത്തെയും മനസ്സിനെയും ആക്രമിച്ചുകൊണ്ടിരുന്നു. അമ്മയ്ക്ക് അവളുടെ അടുത്തേക്ക് വരാൻ അനുവാദമില്ലായിരുന്നു. അവർ യാചിച്ചുവെങ്കിലും ബാബാജി അവരെയും മർദ്ദിച്ചു. ആ വലിയ വീട്ടിൽ നടക്കുന്നതൊന്നും പുറംലോകം അറിഞ്ഞില്ല.

വേലക്കാർ വളരെ ശബ്ദം താഴ്ത്തി മാത്രം സംസാരിച്ചു. അവരിൽ ബാബാജിയുടെ വിശ്വസ്തയായൊരു വേലക്കാരിയായിരുന്നു ചാർവിക്ക് ഭക്ഷണം കൊടുത്തിരുന്നത്. അവർ മുന്നിൽ വയ്ക്കുന്നതിന്റെ ഒരു ചെറിയ അംശം പോലും ചാർവി കഴിച്ചില്ല.

ഒരു ദിവസം വെള്ളിപ്പാത്രത്തിൽ അവൾക്കേറെ ഇഷ്ടപ്പെട്ട മാവ്വാ കചോരിയുമായാണ് ആ സ്ത്രീ ചെന്നത്.

'കുഞ്ഞേ, ഇന്ന് വിശേഷ ദിവസമല്ലേ. ഇത്തിരി മധുരം കഴിക്കൂ.'

ചാർവി ചോദ്യഭാവത്തിൽ അവരെ നോക്കി.

'ഇന്ന് മോളുടെ പിറന്നാളാണ്. മറന്നോ!!' അവരുടെ കണ്ണുകളിൽ ഒ

Smitha

രു സർപ്പത്തിളക്കം മിന്നിമായുന്നത് ചാർവി കണ്ടില്ല.

അവൾ താലം വാങ്ങി.

അതിലുള്ള ഭക്ഷണത്തെ വിരക്തിയോടെ നോക്കി.

'ഞാൻ എടുത്തു തരാം.' വേലക്കാരി പിന്നെയും പ്രലോഭിപ്പിച്ചു.

ചാർവി നിവൃത്തിയില്ലാതെ രണ്ടു മൂന്നു കഷണങ്ങൾ കഴിച്ചു. അവർ പിന്നെയും ഓരോന്നു പറഞ്ഞ് അവളെ നിർബ്ബന്ധിച്ചുകൊണ്ടിരുന്നു. കയ്യുയർത്തി അവരോട് പൊയ്ക്കൊള്ളാൻ പറഞ്ഞിട്ട് അവൾ പിന്നെയും കിടക്കയിലേക്ക് തല ചായ്ച്ചു.

ഗർഭം അലസാനുള്ള മരുന്ന് ആ ഭക്ഷണത്തിലൂടെ ഒരു നൂഴ്ന്നുകയറ്റക്കാരനെപ്പോലെ സാവധാനം അവളുടെ രക്തക്കുഴലുകളിലൂടെ യാത്ര തുടങ്ങിയത് അവൾ അറിഞ്ഞില്ല!

കഠിനമായ വയറുവേദന കാരണമാണ് ചാർവി മയക്കം വിട്ടുണർന്നത്.

ഉച്ചഭക്ഷണം കൊണ്ടുവന്ന ജോലിക്കാരി കട്ടിലിനു താഴെ നിലത്ത് ഇരിപ്പുണ്ടായിരുന്നു.

'മോളെ ശ്രദ്ധിക്കണമെന്ന് ബാബാജി പറഞ്ഞു.' ആ സ്ത്രീ കൂർത്ത പല്ലുകൾ കാട്ടി ചിരിച്ചു.

'ഉച്ചയ്ക്ക് കഴിച്ച മധുരത്തിൽ ഒരു മരുന്ന് ഉണ്ടായിരുന്നു. അതുകൊണ്ടാണ് വയറു വേദന.' അവൾ വീണ്ടും കള്ളച്ചിരി ചിരിച്ചു.

ചാർവി ആദ്യം പകച്ചു. എന്തു ചെയ്യണമെന്ന് ഒരു രൂപവും കിട്ടിയില്ല. ചെറിയൊരു ബോധത്തിന്റെ ഉണർവ്വിൽ അവൾ കൈവിരലുകൾ അണ്ണാക്കിലേക്ക് തിരുകി ശക്തിയായി ഓക്കാനിച്ചു. വയറ്റിൽ കെട്ടിക്കിടന്ന കുറച്ചു ഭക്ഷണം ഛർദ്ദിച്ചു പോയി. അതോടൊപ്പം ആ മരുന്നും ഉണ്ടാവണേ എന്ന് അവൾ ആത്മാർത്ഥമായി ആഗ്രഹിച്ചു.

വയറ്റിലെ കോച്ചിപ്പിടുത്തം ഒട്ടൊന്നു ശമിക്കുംവരേ അവൾ കിടക്കയിൽ തളർന്നുകിടന്നു. അല്പമൊന്ന് സമാധാനമായപ്പോൾ എന്താണൊരു രക്ഷാമാർഗ്ഗമെന്ന് ആഴത്തിൽ ചിന്തിച്ചു.

അന്നു രാത്രി ബാബാജി മദ്യലഹരിയിൽ മയങ്ങുമ്പോൾ ചാർവിയുടെ അമ്മ അവളുടെ അടുത്തെത്തി. അവളുടെ കൈ പിടിച്ച് അമ്മ കുറേ നേരം മൗനമായി ഇരുന്നു. എന്നിട്ട് മുമ്പൊരിക്കലും കണ്ടിട്ടില്ലാത്ത ധൈര്യത്തോടെ പറഞ്ഞു:

'മോളേ നീ ഇവിടുന്നു രക്ഷപ്പെട്ടോളൂ. ഇല്ലെങ്കിൽ രണ്ടു ജീവൻ താമസിയാതെ തീരും. ഈ പീഢനം കണ്ടുനിൽക്കാൻ എനിക്കിനി സാധി

ക്കില്ല.' അവർ വേദനിച്ചിട്ടെന്നോണം സ്വന്തം നെഞ്ചിൽ കൈകൊണ്ട് ഇറുക്കിപ്പിടിച്ചു.

'ബാബാജി നല്ല ലഹരിയിലാണ്. വേലക്കാരെ ഞാൻ പറഞ്ഞു വിട്ടിട്ടുണ്ട്.' അമ്മ തിടുക്കത്തോടെ പറഞ്ഞു. എന്നിട്ട് ഒരു കൊച്ചു ബാഗ് അവൾക്കു നേരേ നീട്ടി.

'പോയി രക്ഷപ്പെട്...'

ചാർവി ആയാസപ്പെട്ട് എണീറ്റിരുന്നു. എന്നിട്ട് കരച്ചിൽ മരവിച്ച കണ്ണുകളോടെ ആ സാധു സ്ത്രീയെ നോക്കി.

എന്റെ അമ്മയ്ക്ക് ഇത്രയും ധൈര്യമുണ്ടായിരുന്നോ? അവൾ ഒരു വേള ആശ്ചര്യപ്പെട്ടു. ആലോചിച്ചു നിൽക്കാൻ സമയമുണ്ടായിരുന്നില്ല. അത്യാവശ്യം രണ്ടു ജോഡി ഉടുപ്പുകളും, കുറച്ചു സാധനങ്ങളും എടുത്തു.

അവളുടെ പ്രിയപ്പെട്ട ഡയറി കൂടി ചാർവി ബാഗിൽ എടുത്തുവച്ചു. ജീവിതത്തിനും മരണത്തിനും ഇടയിലുള്ള നൂൽപ്പാലമായി അതിലടങ്ങിയ കുറിപ്പുകൾ ഒരിക്കൽ പരിണമിക്കുമെന്ന് അവൾ അന്ന് അറിഞ്ഞിരുന്നില്ലെങ്കിൽക്കൂടി.

വിശാലമായ അടുക്കളയും കടന്ന് അവൾ പതിഞ്ഞ കാൽവയ്പുകളോടെ പുറത്തെ ഇരുട്ടിലേക്കിറങ്ങി. ഈ തണുത്ത രാത്രി മാത്രമാണിപ്പോൾ സാക്ഷിയും രക്ഷകനും. അവൾ കൃതജ്ഞതയോടെ ഓർത്തു.

വിളർത്ത നിലാവെളിച്ചം ഇടയ്ക്കിടെ വഴിയിലേക്ക് ചിതറുന്നുണ്ടായിരുന്നു. മൺപാതയോരം ചേർന്ന് അവൾ ആവുന്നത്രയും വേഗത്തിൽ നടന്നു.

ക്ഷേത്രത്തിന്റെ കൽമണ്ഡപവും മധുകറും മറ്റേതോ ജീവിതത്തിലെ ചിത്രങ്ങളായിരുന്നുവെന്ന് അപ്പോൾ അവൾക്ക് തോന്നി. പക്ഷേ, അതിന്റെ സാക്ഷിപത്രം പോലെ വയറ്റിൽ വളരുന്ന ജീവനെ നിഷേധിക്കാനാവുകയില്ല.

തല്ക്കാലം ജീവൻരക്ഷ മാത്രമാണ് പ്രധാനം.

വഴിയോരത്ത് അവൾ അല്പനേരം ശങ്കിച്ചു നിന്നു.

മുന്നിലുള്ള ചെറിയ മണൽക്കുന്ന് കുറുകെ കടന്നാൽ അടുത്ത ഗ്രാമത്തിലേക്കുള്ള വഴിയുണ്ട്. പക്ഷേ ഈ രാത്രി അതിലെ പോകുന്നത് അപകടമായിരിക്കും. എങ്കിലും, ബാബാജിയുടെ കയ്യിൽപ്പെടുന്നതിനേക്കാൾ ഭേദമായിരിക്കും അതെന്നതിന് തർക്കമില്ല.

അവൾ ഉറച്ച മനസ്സോടെ മണൽക്കുന്നിലേക്കുള്ള ഇടവഴിയിലൂടെ നടന്നു. നേർത്ത നിലാവെളിച്ചത്തിൽ ആവുന്നത്ര ശ്രദ്ധയോടെ ഓരോ

ചുവടും മുന്നോട്ടുവച്ചു.

രഘ്‌വന്ദി ഗ്രാമത്തിൽ ആരും തന്നെ തേടി വരില്ലെന്ന് അവൾക്ക് ഉറപ്പായിരുന്നു. തലമുറകളായി നീണ്ടു നിൽക്കുന്ന വൈരത്തിന്റെ തീക്കനലുകൾ ഇടയ്ക്കിടെ അവരുടെ ആണുങ്ങൾ ഊതിക്കത്തിക്കുമായിരുന്നല്ലോ!

നേരം വെളുത്താൽ ബാബാജി അറിയുമെന്നും തിരച്ചിൽ തുടങ്ങുമെന്നും അവൾക്ക് ഉറപ്പായിരുന്നു. അതിനുമുമ്പ് ഒരു അഭയം കണ്ടെത്താൻ കഴിഞ്ഞെങ്കിൽ...

ഇടയ്ക്കിടെ വീണും എണീറ്റും മണലിലൂടെ അവൾ നടത്തം തുടർന്നു. മുൾച്ചെടികൾകൊണ്ട് കാലും ദേഹവും മുറിയുന്നുണ്ടായിരുന്നു. ദേഹം വല്ലാതെ തളർന്നെങ്കിലും വിശ്രമിക്കാൻ മനസ്സ് കൂട്ടാക്കിയില്ല. ദൂരെയുള്ള കൂരകളിലെ വെളിച്ചം ലക്ഷ്യമാക്കി ചാർവി നടന്നു.

പോകുന്ന വഴിയിൽ മധുകറെക്കുറിച്ച് അവൾ പലവട്ടം ഓർത്തു. അവന്റെ അരികിലേക്ക് പോയാൽ, ആ മുഴുവൻ കുടുംബത്തെയും നശിപ്പിക്കാൻ ബാബാജി മടിക്കില്ലെന്ന് അവൾക്ക് അത്രമേൽ ഉറപ്പായിരുന്നു.

ദുരഭിമാനക്കൊലപാതകങ്ങൾ ഈ നാട്ടിൽ ഒരു പുതുമയേ അല്ല. അയാളെങ്കിലും രക്ഷപ്പെടട്ടെ. അവൾ ദൃഢനിശ്ചയത്തോടെ മുന്നോട്ടു നടന്നു.

ഗ്രാമത്തിന്റെ അടുത്തെത്തിയപ്പോൾ ഇനി എന്തു ചെയ്യണമെന്ന് അവൾ ആലോചിച്ചു. നേരം വെളുക്കാതെ വീടുകളിൽ സഹായം ചോദിക്കാൻ പറ്റില്ല. അവൾ കുടിലുകൾക്കരികിൽ പന്തലിച്ചു നിൽക്കുന്ന ഒരു വലിയ ഖേജ്രി മരച്ചുവട്ടിൽ ക്ഷീണത്തോടെ ഇരുന്നു. തണുത്ത കോടമഞ്ഞും യാത്രയുടെ ബുദ്ധിമുട്ടുകളും ചെറിയൊരു മയക്കത്തിലേക്ക് അവളെ കൊണ്ടുചെന്നെത്തിച്ചു.

ആരോ തോളിൽ കുലുക്കി വിളിക്കുന്നു.

ചാർവി തളർച്ചയാൽ കനം തൂങ്ങുന്ന കൺപോളകൾ ആയാസത്തോടെ തുറന്നു.

ഓർമ്മ വീണ്ടെടുത്ത് അവൾ പകച്ചു നോക്കി.

കറുത്ത വസ്ത്രം കൊണ്ട് ആസകലം മൂടിയ ഒരു വൃദ്ധ സ്ത്രീയാണ് മുന്നിൽ. വെറ്റിലക്കറ പിടിച്ച പല്ലുകൾ കാട്ടി അവർ സൗഹൃദത്തോടെ ചിരിച്ചു.

'നീയേതാ കുഞ്ഞേ? എന്താ ഇവിടെ ഇരിക്കുന്നെ?'

ചാർവി മറുപടി പറയാൻ മടിച്ച് അവരെ ചോദ്യഭാവത്തിൽ നോക്കി.

'ഞാൻ ഇന്ദ്രാണി. എല്ലാരും ദാദിമാ എന്നു വിളിക്കും.' വൃദ്ധ പറഞ്ഞു.

'എന്തായാലും നീ ഈ തണുപ്പത്തിരിക്കണ്ട. എന്റെ കൂരേലോട്ടു വാ.' അവർ പറഞ്ഞു.

ചാർവി ചെറിയ ബാഗുമെടുത്ത് അവരെ അനുഗമിച്ചു.

ആരായിരിക്കും ഈ സ്ത്രീ? കണ്ടിട്ട് ഒരു ദുഷ്ടയാണെന്ന് തോന്നുന്നില്ല.

തണുത്ത വഴിയിലൂടെ അര ഫർലോങ്ങ് നടന്നപ്പോഴേക്കും കച്ചി മേഞ്ഞ ഒരു കൊച്ചു കൂര കണ്ടു.

മറ്റുള്ള പുരകളിൽനിന്ന് അല്പം അകന്നായിരുന്നു അതിന്റെ സ്ഥാനം. ഇവരെ ഈ ഗ്രാമക്കാർ പുറന്തള്ളിയതാവുമോ? ചാർവി വെറുതേ ഓർത്തു.

ചെറിയ മൺകൂരയിൽ അധികം സൗകര്യമൊന്നും ഉണ്ടായിരുന്നില്ല. മണ്ണുകൊണ്ട് കെട്ടിയ ഭിത്തിയിൽ അങ്ങിങ്ങായി വിചിത്രമായ ആരാധനാരൂപങ്ങൾ വരച്ചു ചേർത്തിട്ടുണ്ട്. അവൾക്ക് പരിഭ്രമവും കൗതുകവും തോന്നി.

മുൻവശത്തെ തിണ്ണയ്ക്കപ്പുറം ഒറ്റമുറിയേ ഉണ്ടായിരുന്നുള്ളു. ഒരറ്റത്ത് വയ്പ്പും, മറ്റേ മൂലയിൽ ഉറക്കവുമെന്ന് കാണാമായിരുന്നു.

ചാണകം മെഴുകിയ നിലത്ത് പുൽപ്പായ ഒതുക്കിവച്ചിട്ടുണ്ട്. ചെറുതെങ്കിലും വൃത്തിയുള്ള കൊച്ചുകുടിൽ.

'നീ കുറച്ച് കിടന്നോ. ഞാൻ കഴിക്കാനെന്തേലും ഉണ്ടാക്കാം.' പായയുടെ നേരേ ഊന്നുവടി ചൂണ്ടിയിട്ട് കിഴവി അടുപ്പിന്റെയരികിലേക്ക് നടന്നു. ചാർവി പുൽപ്പായ നിവർത്തിയിട്ട് അതിന്റെ ഓരത്ത് ചുരുണ്ടുകൂടി കിടന്നു.

ക്ഷീണം വിട്ടുണർന്നപ്പോൾ ദാദിമാ അവൾക്ക് റൊട്ടിയും ദാലും കഴിക്കാൻ കൊടുത്തു. കൊഴുത്ത ആട്ടിൻ പാലും. ചാർവി ആർത്തിയോടെ ആഹാരം അകത്താക്കി.

ദാദിമാ സമയമെടുത്ത് ചാർവിയോട് കാര്യങ്ങൾ ചോദിച്ചു മനസ്സിലാക്കി.

'നീ എന്റടുത്തുതന്നെ വന്നതു നന്നായി കുഞ്ഞേ. വേറെയാരും നിന്നെ ഇതുവരെ കാണാത്തത് ഭാഗ്യം.' അവർ പറഞ്ഞു. എന്നിട്ട് മുറുക്കാൻ ചണ്ടി മുറ്റത്തേക്ക് നീട്ടിത്തുപ്പി.

'എനിക്ക് കുറച്ച് നാട്ടുവൈദ്യമൊക്കെ അറിയാം. ഇവിടുത്തെ കുറേ പെണ്ണുങ്ങളുടെ പ്രസവമെടുത്തിട്ടുമുണ്ട്. എന്റെ കഴിവുപോലെ നിന്നെ സഹായിക്കാം. തൽക്കാലം നീ ഇവിടെ താമസിക്ക്.'

ചാർവി അതുകേട്ട് നന്ദിയോടെ കൈകൂപ്പി.

'നിന്റെ ദുരിതം കാണുമ്പോൾ വിഷമം തോന്നുന്നു മകളേ. ഞങ്ങടെ ഗരാസിയ ഗോത്രത്തെ നോക്ക്, ഇവിടെ കല്യാണം ഒരു ആവശ്യമേയല്ല. ഒരു ബന്ധത്തിന്റെ പേരിൽ കോർക്കാതെ തന്നെ ആണിന്റെ ഒപ്പം ജീവിക്കാൻ പെണ്ണിന് സ്വാതന്ത്ര്യമുണ്ട്. ഞാൻ ഇവിടെ എത്രയോ ഗർഭിണികളുടെ പേറെടുത്തിരിക്കുന്നു. കല്യാണമെന്ന കൃത്യം കഴിച്ചവർ കുറവ്. *ദാപയിൽ ഞങ്ങൾ സംതൃപ്തരാണ്. ദാദിമാ പറഞ്ഞു.

'ഞങ്ങൾ വിവാഹിതരാണ്, എന്നിട്ടും ഒന്നിച്ചു ജീവിക്കാൻ കഴിയില്ല.' ചാർവി നെടുവീർപ്പിട്ടു.

'ആചാരങ്ങൾ പലതും മനുഷ്യരുടെ നിർമ്മിതിയല്ലേ ചാർവീ, ഓരോരുത്തർക്കും ഓരോ സൗകര്യങ്ങൾ. സമൂഹത്തെ നിയന്ത്രിക്കാനുള്ള മാർഗങ്ങൾ തേടുന്നു മനുഷ്യബുദ്ധി ഓരോ നിമിഷവും.' അവർ പിന്നെയും പിറുപിറുത്തു.

ദിവസങ്ങൾ മാസങ്ങളിലേക്ക് ഋതുഭേദം തേടിക്കൊണ്ടിരുന്നു.

ദാദിമാ ഇടയ്ക്ക് ചില മരുന്നു കൂട്ടുകൾ അവൾക്കായി ഉണ്ടാക്കിക്കൊടുത്തു. കുഞ്ഞിന്റെ ആരോഗ്യത്തിന് നല്ലതാണെന്ന് അവർ പറഞ്ഞതുകൊണ്ട് അധികമൊന്നും ആലോചിക്കാതെ അവൾ അത് കഴിച്ചു.

ചാർവി മുമ്പ് സ്വയമറിയാതെ കഴിച്ച ഗർഭമലസാനുള്ള മരുന്ന് കുഞ്ഞിന് കേടുവരുത്തിയേക്കുമോ എന്ന് ദാദിമാ സംശയിച്ചിരുന്നു. എങ്കിലും അവർ അത് ചാർവിയോട് പങ്കുവച്ചതേയില്ല.

എല്ലാം വിധിപോലെ വരും.

അവർ പുറത്തെ മണൽക്കാടിലേക്കു നോക്കി തിണ്ണയിൽ കൂനിയിരുന്നു. ഗ്രാമക്കാരെ കഴിവതും തന്റെ വീട്ടിലേക്ക് വരുത്താതിരിക്കാൻ വൃദ്ധ ശ്രദ്ധിച്ചു.

*ദാപ - വിവാഹം കഴിക്കാതെ ഒന്നിച്ചു ജീവിക്കുന്നത്.

ഒരേ മുറിവ്

എന്റെ തിരച്ചിലുകളൊന്നും നീ അറിഞ്ഞതേയില്ലല്ലോ ചാർവീ...

സാരമതിയുടെ ഡയറിയിലൂടെ വായിച്ചു നീങ്ങവേ, മധുകർ ദുഃഖത്തോടെ ആ ദിവസങ്ങൾ ഓർത്തെടുത്തു.

പ്രണയമെന്ന ഒരേ മുറിവിൽനിന്ന് പിറന്ന രണ്ട് വേദനകൾ നമ്മൾ!!

അന്നത്തെ ഒന്നുചേരലിൽപ്പിന്നെ ചാർവിയെ ക്ഷേത്രത്തിലേക്ക് കണ്ടതേയില്ല. മധുരോദാരമായ ഓർമ്മകളിൽ ലയിച്ച് മധുകർ പല ദിനങ്ങൾ കഴിച്ചുകൂട്ടി. പതിയെ ഇഴയുന്ന ദിവസങ്ങളിൽ കാണെക്കാണെ ആധി നിറഞ്ഞുകൊണ്ടിരുന്നു.

പല ദിവസങ്ങളിലും അവന്റെ ബാൻസുരി വിഷാദരാഗം പാടി. ശ്വാസം വിലങ്ങിയവനെപ്പോലെ അവൻ ഇടയ്ക്കിടെ നെഞ്ചിൽ തടവി.

ചാർവിക്ക് എന്തു പറ്റിയതാവും? ഇനി എന്തെങ്കിലും അസുഖം? ഓരോന്നോർത്ത് ഭ്രാന്തെടുത്തപ്പോൾ അവൻ ഭക്ഷണം പോലും മറന്നു.

ദിവസങ്ങൾ കടന്നുപോകുന്തോറും അവന്റെ മനസ്സിൽ കനമുള്ള കടൽ പ്രക്ഷുബ്ധമായി. തിരകൾ ആർത്തിരമ്പി വന്ന് മനസ്സിന്റെ തീരങ്ങളെ ശ്വാസം മുട്ടിച്ചു.

അവൾ വന്നെങ്കിലോ എന്നു കരുതി പല ദിനങ്ങളിൽ ഒരു ഭ്രാന്തനേപ്പോലെ ക്ഷേത്രത്തിന്റെ കൽപ്പടവുകളിൽ അവൻ കാവലിരുന്നു.

ഒന്നു കാണണം. സന്തോഷമായിരിക്കുന്നു എന്നറിയണം. അത്രയേ വേണ്ടൂ. ചിലപ്പോൾ അവൻ ദിവസം മുഴുവൻ ബാൻസുരി വായിച്ചു. അവൾ എത്ര ദൂരെയെങ്കിലും ആ ശബ്ദം അവളുടെ കാതുകളിൽ ചെന്നെത്തിയേക്കുമെന്ന പ്രത്യാശയിൽ.

അലങ്കോലപ്പെട്ട വസ്ത്രവും കുളിച്ചൊരുങ്ങാത്ത ദേഹവുമായി അവൻ ആ പരിസരങ്ങളിൽ ചുറ്റിക്കറങ്ങി.

ചാർവിയുടെ വീട് എവിടെയെന്ന് ഏകദേശ ധാരണയുണ്ട്. ഒരിക്കൽ പോയി അന്വേഷിച്ചാലോ? ഓർത്തപ്പോൾ ഭയത്താൽ ദേഹം കിടുകിടുത്തു. ആ ദേശത്തെ വിരൽപ്പുറത്ത് നിർത്തുന്ന ആളാണ് ബാബാജി. അയാളുടെ മുന്നിൽപ്പെട്ടാൽ തന്റെയും അവളുടെയും കഥ കഴിയും. അത്

ചാർവി ആദ്യമേ പറഞ്ഞിട്ടുള്ളതാണ്. ഒരു കാരണവശാലും അവളുടെ വീട്ടുകാരുടെ മുന്നിൽ ചെന്നുപെടരുതെന്ന്.

എന്നിട്ടും എന്തിനാണ് തമ്മിൽ അടുത്തത്? സ്നേഹത്തിന്റെ വഴികൾ ഏറ്റവും അപരിചിതമാണ്.

തീർച്ചയായും, ഇടുങ്ങിയ വഴികളിലൂടെയാണ് കാലം അമേയമായ അത്ഭുതങ്ങളിലേക്കുള്ള യാത്ര ഒരുക്കിയിട്ടുള്ളത്.

എല്ലാ സത്യങ്ങളും വെളിച്ചംപോലെ സുലഭമായിരുന്നെങ്കിൽ, താത്വികരും സത്യാന്വേഷികളും തികഞ്ഞ ആകാംക്ഷയോടെ ഒന്നിനെയും തേടിച്ചെല്ലുമായിരുന്നില്ല!

ചാർവിക്ക് ദോഷം വരുന്നതൊന്നും ചെയ്യില്ലെന്ന് അവൻ മനസ്സിൽ ആണയിട്ടു.

ദിവസങ്ങൾ മാസങ്ങളിലേക്ക് പരിവർത്തനം ചെയ്തുകൊണ്ടിരുന്നു...

മരുച്ചൂടിനെ അറ്റാനെന്നോണം പൊടിക്കാറ്റ് വീശി. ഓർക്കാതിരിക്കെ മഴയുടെ അനുഗ്രഹമുണ്ടായി.

ചാർവിയുടെ ഒരു വിവരവും കിട്ടിയിട്ടില്ല.

മറ്റെല്ലാ മാർഗ്ഗങ്ങളും പരാജയപ്പെട്ടപ്പോൾ, അവൻ അവളുടെ വീടുവരെ പോകാമെന്നുറച്ചു. സ്വന്തം വേഷത്തിൽ പോയാൽ ആരെങ്കിലും തിരിച്ചറിഞ്ഞേക്കും. അവൻ ഏറെ ആലോചിച്ചു.

പെൺവേഷത്തിലായാൽ പെട്ടെന്ന് ആളെ മനസ്സിലാവില്ല എന്നു തോന്നിയതിനാൽ ഭാഭിയുടെ (ചേച്ചി) വസ്ത്രം ധരിക്കാമെന്നുറച്ചു.

ഒരു ദിവസം അതികാലത്ത്, എല്ലാവരും ഉണരുന്നതിനു മുമ്പ് ഭാഭിയുടെ ഒരു ജോഡി വസ്ത്രങ്ങളും പൊതിഞ്ഞെടുത്ത് മധുകർ വീട്ടിൽ നിന്നും ഇറങ്ങി.

വഴിയോരത്തുള്ള പൊന്തക്കാടിന്റെ മറവിൽ വച്ച് വസ്ത്രങ്ങൾ മാറ്റി ധരിച്ചു. മുഖം കാണാതിരിക്കാൻ ദുപ്പട്ട തലയിലൂടെ വലിച്ചു താഴ്ത്തിയിട്ടു. സ്വന്തം വസ്ത്രങ്ങൾ ചുരുട്ടിയെടുത്ത് മാറിൽ ഒതുക്കിപ്പിടിച്ച് നടപ്പ് തുടർന്നു.

നടത്തയിൽ സൂക്ഷിക്കണം. സ്ത്രീ ചലനങ്ങൾ ആദ്യമൊന്നും അവന് വഴങ്ങിയില്ല. കുറച്ചു നടന്നുകഴിഞ്ഞപ്പോൾ, അത്ര പെട്ടെന്ന് ആരും കണ്ടാൽ മനസ്സിലാകാത്തപോലെ കുറെയൊക്കെ ശരിയാക്കിയെടുത്തു.

പോകുന്ന വഴിയിൽ സ്ത്രീശബ്ദം പ്രാക്ടീസു ചെയ്യാനും ഒരു ശ്രമം നടത്തി. എത്ര കഷ്ടപ്പെട്ടിട്ടെങ്കിലും ചാർവിക്ക് എന്തു പറ്റിയെന്ന് കണ്ടുപിടിക്കണം. മധുകർ നടത്തയ്ക്ക് വേഗം കൂട്ടി.

മുമ്പ് ഒരിക്കലും ഇതു വഴി വരേണ്ട ആവശ്യം ഉണ്ടായിട്ടില്ല. അതിനാൽത്തന്നെ അവളുടെ വീട് എവിടെയെന്ന് ചെറിയൊരു ഊഹം മാത്രം.

നടന്നുനടന്നെത്തിയപ്പോൾ ഒരു ചെറിയ കുന്നിനപ്പുറം തലയെടുപ്പോടെ ആ വീട് അവൻ കണ്ടു.

ചുറ്റിനും പച്ചപ്പ്.

വലിയ മതിൽ.

കോട്ടവാതിൽ പോലത്തെ ഗേറ്റ്.

മധുകർ അവിടെ കുറച്ചു സമയം ചുറ്റിപ്പറ്റി നിന്നു. ആരെയും കണ്ടില്ല.

മടുത്തപ്പോൾ അകലെയല്ലാത്തൊരു പിപ്പൽ മരച്ചുവട്ടിൽ അവൻ ഇരുന്നു. കുറച്ചു കഴിഞ്ഞപ്പോൾ ഒരു വേലക്കാരൻ ഗേറ്റിന് പുറത്തേക്ക് വരുന്നതു കണ്ടു. അയാളുടെ തോളിൽ ഒരു കൈക്കോട്ട് ഉണ്ടായിരുന്നു. ബാബാജിക്ക് കുറേയേറെ കൃഷിസ്ഥലമുണ്ട്. അങ്ങോട്ടേക്കാണെന്നു തോന്നുന്നു.

മധുകർ കുറച്ച് അകലം പാലിച്ച് അയാളുടെ പുറകെ ചെന്നു. വീടിനുള്ളിൽ കയറിപ്പറ്റാൻ സാധിക്കില്ലെങ്കിലും ഇയാൾ വഴി എന്തെങ്കിലും വിവരം കിട്ടാതിരിക്കില്ല.

മധുകർ നടന്ന് അയാളുടെ ഒപ്പമെത്തി.

'നിങ്ങൾക്ക് എന്തൊരു വേഗമാണ്.'

മധുകർ പരമാവധി പെൺശബ്ദത്തിൽ വേലക്കാരനോടു പറഞ്ഞു.

അയാൾ സംശയത്തോടെ തിരിഞ്ഞുനിന്നു. തോളിലിരുന്ന കൈക്കോട്ട് നിലത്തൂന്നി.

'ആരാ' അയാൾ ചോദിച്ചു.

'ഓ, ഞാൻ അടുത്തുള്ളതാ. പണിയെന്തേലും തരപ്പെടുമോന്നറിയാൻ...' മധുകർ പെൺശബ്ദത്തിൽ പറഞ്ഞുകൊണ്ട് ദുപ്പട്ടയ്ക്ക് മുകളിലൂടെ തല ചൊറിഞ്ഞു.

'ബാബാജിയോട് ചോദിക്കാതെ ഒന്നും പറയാൻ പറ്റില്ല.' വേലക്കാരൻ പറഞ്ഞു.

'ഇപ്പോ ചോദിക്കാനും പറ്റില്ല. മകളെ കാണാതായതിന്റെ പെടപ്പിൽ നടക്കുവാ.' അയാൾ വഷളച്ചിരി ചിരിച്ചു.

അതുകേട്ട് മധുകറിന്റെ നെഞ്ചിടിപ്പ് വല്ലാതെ കൂടി.

'മകൾക്ക് എന്തു പറ്റീതാ?' മധുകർ പെൺശബ്ദത്തിൽ വീണ്ടും ചോദിച്ചു.

'ആ കൊച്ചിന് ഏതാണ്ട് ഏനക്കേട് പറ്റീന്നാ പറേന്നെ. വിശദമായെ

ന്നും അറിയത്തില്ല. ഒരു ദിവസം അതിനെ കാണുന്നില്ലാന്ന് കേട്ടു. ബാബാജി വീടൊക്കെ വിറപ്പിച്ചു. നാട്ടുകാരറിഞ്ഞാൽ നാണക്കേടെന്നു വച്ച് സ്വന്തം വഴിക്കാ അന്വേഷണമൊക്കെ.' പറഞ്ഞു തീർന്നതും അയാൾ നാക്കു കടിച്ചു. അരുതാത്തത് വായിൽനിന്ന് വീണതോർത്ത്.

വികാരങ്ങളുടെ ആദ്യമഴ പെയ്ത ആ വൈകുന്നേരം മധുകറിന്റെ മനസ്സിലൂടെ മിന്നൽപോലെ കടന്നുപോയി.

'അല്ല! ഇതൊക്കെ നീയെന്തിനാ അറിയുന്നെ? എന്തായാലും പോയിട്ട് ഒരാഴ്ച കഴിഞ്ഞ് വാ. വയലിൽ പണിയെന്തേലും സംഘടിപ്പിച്ചു തരാമോന്ന് നോക്കാം.' വേലക്കാരൻ മധുകറിന്റെ പെണ്ണുടുപ്പണിഞ്ഞ ശരീരത്തിലേക്ക് കൊതിയോടെ നോക്കി.

അതുകണ്ട് മധുകർ മനസ്സിൽ കാർക്കിച്ചു തുപ്പി.

'ശവം. ആരെയും വെറുതെ വിടില്ല.' അവൻ ശ്വാസത്തിനടിയിലൂടെ പിറുപിറുത്തു.

'ഞാൻ അടുത്തയാഴ്ച വരാം.' അത്രയും പറഞ്ഞിട്ട് മധു തിരിഞ്ഞു നോക്കാതെ നടന്നു.

ചാർവിക്ക് എന്തോ പറ്റിയിട്ടുണ്ട്. നടത്തത്തിനിടയിൽ അവൻ ആധിയോടെ ഓർത്തു.

അവൾ വീട്ടിലില്ലെങ്കിൽ പിന്നെ എവിടേയ്ക്കാവും പോയിട്ടുണ്ടാവുക? വീട്ടിലേക്ക് തിരിച്ചു പോകവേ അവൻ പലവട്ടം ആലോചിച്ചു. ഇനിയൊരുപക്ഷേ ഏതെങ്കിലും ബന്ധുവീട്ടിൽ?

എന്താണെങ്കിലും മറ്റുള്ളവരുടെ കണ്ണിൽപ്പെടാതെ സ്വന്തരീതിയിൽ ഒരു അന്വേഷണം നടത്തണമെന്ന് അവൻ തീരുമാനിച്ചു.

വീട്ടിലെത്തുന്നതിനു മുൻപേ ആൺവസ്ത്രങ്ങൾ തിരികെ ധരിച്ചു. ആരും സംശയപ്പെടാൻ ഇടയാക്കരുത്. ദീദിയുടെ വസ്ത്രങ്ങൾ പഴയപടി തിരികെ വച്ചു.

'കുഞ്ഞേ നീ രാവിലെ എവിടെ പോയതാ?' മുത്തശ്ശി ചോദിച്ചു.

'ഞാൻ... ക്ഷേത്രത്തിൽ...' അവൻ പരുങ്ങലോടെ പറഞ്ഞു.

ആലൂ സബ്ജി കൂട്ടിയുള്ള റൊട്ടി പ്രാതലിനു കഴിച്ചശേഷം അവൻ പുറത്തേക്കിറങ്ങി.

ആകാശത്തുനിന്ന് പകൽച്ചൂട് തിളച്ചുമറിഞ്ഞ് ഭൂമിയിലേക്കു വീണ് അവന്റെ മെലിഞ്ഞു കിളിരമുള്ള ശരീരത്തെ പൊള്ളിച്ചുകൊണ്ടിരുന്നു. പടിഞ്ഞാറുനിന്ന് വീശിയടിക്കുന്ന ആന്ധികൾ, മണൽക്കൂനകളിൽ പുതിയ രൂപങ്ങളെ മായ്ച്ചു വരച്ചു.

ചാർവിയെ തിരക്കിയുള്ള അവന്റെ യാത്രകൾ പിന്നെയും തുടർ

Smith

ന്നു. ഒരു വിവരവും കിട്ടിയില്ലെങ്കിലും.

മധുകറിന്റെ നിരാശ കൂടിക്കൂടി വന്നു. ഭക്ഷണം വല്ലപ്പോഴുമാക്കി. ദേഹം വല്ലാതെ മെലിഞ്ഞുണങ്ങി. മുടിയൊക്കെ പാറിപ്പറന്ന് ഒരു യാചക ഭാവം കൈവന്നു.

മാസങ്ങൾ ഇഴഞ്ഞ് അകന്നുകൊണ്ടിരുന്നു. ചാർവിയെക്കുറിച്ചു മാത്രം ഒരു വിവരവും ലഭിച്ചില്ല.

ചൂടിനെ തണുപ്പിച്ചു ശമിപ്പിക്കാൻ മൺസൂൺ പെയ്തു. മഴയുടെ ഓരോ തുള്ളിയും ദേഹത്തു തണുപ്പു നിറയ്ക്കുമ്പോൾ മധുകർ ചാർവിയുടെ നേർത്തു നീണ്ട ഇളം ചൂടാർന്ന വിരലുകളെ ഓർത്തു.

ബാബുജിയുടെ വയലിൽ ഒന്നു രണ്ടു വട്ടം ചെറുപണിക്ക് പോയെങ്കിലും അവൾ തിരികെ വീട്ടിലെത്തിയിട്ടില്ലെന്ന് വേലക്കാരൻ പറഞ്ഞു. കൂടുതൽ ചുഴിഞ്ഞിറങ്ങി അയാളുടെ ശ്രദ്ധ പിടിക്കണ്ടയെന്ന് മധുകർ തീരുമാനിച്ചു.

രാത്രികളിൽ വീടിന്റെ പിന്നാമ്പുറത്തെ മൺതിട്ടയിലിരുന്ന് അവൻ ദീർഘമായി ആലോചിച്ചു.

ഒരു പക്ഷേ അവർ അവളെ കൊന്നുകളഞ്ഞിരിക്കും. ഇല്ലെങ്കിൽ ചാർവിയെക്കുറിച്ച് എന്തെങ്കിലും വിവരം കേൾക്കാതിരിക്കില്ലായിരുന്നു. ഗോത്രത്തിന്റെ അന്തസ്സ് ജീവനേക്കാൾ മുന്നിലാണല്ലോ പലർക്കും.

ജീവനും, സ്നേഹവും, ജാതിവ്യവസ്ഥയുടെ മുന്നിൽ എന്നും കീഴ്പ്പെട്ടു നിൽക്കാനാണ് ആചാര്യർ പലരും അനുഗാമികൾക്ക് പറഞ്ഞുകൊടുത്തിട്ടുള്ളത്. അതിനൊക്കെയും മേലെയെന്ന് ചിന്തിക്കാനാവാത്ത വിധം വർജ്ജിക്കേണ്ടതൊന്നാണോ സ്നേഹം? അവൻ പതർച്ചയോടെ അന്തമായ മൺകൂമ്പാരങ്ങളെ നോക്കി കണ്ണു തിരുമ്മി.

ഒറ്റക്കട്ടിലിൽ കുളിർന്നു വിറച്ചു കിടക്കുമ്പോൾ അവൻ ദു:സ്വപ്നങ്ങൾ കണ്ടു.

കറുത്ത കടലിലേക്ക് അവൾ ഇറങ്ങിയിറങ്ങിപ്പോകുന്ന കാഴ്ച പിന്നെയും പിന്നെയും കണ്ണുകളിൽ വന്നു തറച്ചു. തിരകളുടെ അലർച്ചകൾക്കിടയിൽനിന്ന് ഒരു പെൺസ്വരം കേൾക്കുന്നുണ്ടോ?

നീണ്ടുനീണ്ടു പോകുന്ന മണൽക്കൂനകളുടെ രഹസ്യങ്ങളിലേക്ക് അവൾ അലിഞ്ഞു ചേർന്നിട്ടുണ്ടാവുമോ?

ചില രാത്രികളിൽ ശ്വാസം കിട്ടാനാകാതെ അവൻ പിടഞ്ഞുണർന്നു.

ഒരിക്കൽ ഒരു സ്വപ്നത്തിൽ മരുഭൂമിയുടെ നടുവിലൂടെ പച്ച നിറത്തിൽ ഒരു വഴിത്താര കണ്ടു. ഈ മരുഭൂമിയിൽ പച്ചപ്പുല്ലു നിറഞ്ഞ വഴിയോ എന്ന് അതിശയിക്കവേ മുന്നിൽ ചക്രവാളം തെളിഞ്ഞു.

ഉദയമോ?

അസ്തമയമോ?

ഉറപ്പില്ലാത്ത ഇരുട്ടിലൂടെ ഒരു ആൾരൂപം നടന്നു നീങ്ങുന്നുണ്ടായിരുന്നു.

ജീവിതത്തിൽ പിന്നെയും മൂടൽമഞ്ഞു പുതഞ്ഞ പുതിയ അദ്ധ്യായങ്ങൾ പിറന്നുവീണുകൊണ്ടിരുന്നു.

തൊട്ടപ്പുറത്തൊരു ഗ്രാമത്തിൽ അനാഥത്വം പേറി അവൾ ജീവിക്കുന്നത് അവൻ അറിഞ്ഞില്ല. കൗശലക്കാരനായ ചൂതുകളിക്കാരനെപ്പോലെ വിധി അവർക്കെതിരെ പന്നെയും വിജയം കണ്ടു.

മനുഷ്യർ ചിലപ്പോൾ എത്ര നിസ്സാരരും നിസ്സഹായരുമാണ് ചാർവിയെന്ന സാരമതിയുടെ ഡയറിയിലെ അടുത്ത കുറിപ്പിലേക്ക് മിഴിയോടിക്കവേ മധുകർ നിരാശയോടെ ഓർത്തു.

അനിശ്ചിത സത്യങ്ങൾ

രാവിലെ ദാദിമായുടെ അടുക്കളയിൽ കുന്തക്കാലിൽ കുത്തിയിരുന്ന് റൊട്ടിയുണ്ടാക്കുകയായിരുന്നു ചാർവി. പെട്ടെന്നാണ് ഒരു കടുത്ത വേദന അടിവയറിനെ ഉലച്ച് ഉച്ചിയിലേക്ക് പാഞ്ഞത്.

കാലുകളെ നനച്ചുകൊണ്ട് ഒരു ദ്രാവകം വസ്ത്രത്തിനടിയിലൂടെ പുറത്തേക്കൊഴുകി. ചാർവി പേടിച്ചുപോയി.

'ദാദിമാ...' അവൾ ഉറക്കെ വിളിച്ചു.

വൃദ്ധസ്ത്രീ കൂനിക്കൂടി വടിയും കുത്തി മുറ്റത്തുനിന്ന് അവൾക്കരികിലേക്ക് വന്നു.

'എന്റെ കുഞ്ഞിനെന്തോ പറ്റീട്ടുണ്ട്.'

ദാദിമാ അവളുടെ വസ്ത്രം അല്പം ഉയർത്തി പരിശോധിച്ചു. അടിവയറിൽ തൊട്ടുനോക്കി.

പ്രസവവേദന തുടങ്ങിയിരിക്കുന്നു!

കന്നിപ്രസവമായതിനാൽ കുറച്ചേറെ വേദന തിന്നേണ്ടിവരും പെണ്ണ്.

'മോളേ, നിന്റെ കുഞ്ഞ് താമസിയാതെ ഇങ്ങെത്തും.'

ദാദിമാ സഹാനുഭൂതിയോടെ അവളുടെ മുടിയിൽ തഴുകി.

'ദാദിമാ, എന്തുവന്നാലും എന്നെ ആശുപത്രിയിൽ കൊണ്ടോകരുത്. എന്റെ വീട്ടുകാർ കണ്ടുപിടിച്ചാൽ എന്നെയും കുഞ്ഞിനെയും അവർ കൊല്ലും. കുലമഹിമയാണ് അവർക്ക് പ്രധാനം. ഞാനും കുഞ്ഞും അതിനുള്ള തടസ്സമായാൽ ബാബാജി രണ്ടാമതൊന്ന് ആലോചിക്കില്ല.' ചാർവി കരഞ്ഞു.

'കുഞ്ഞേ, നീ ഭയക്കാതെ.' ദാദിമാ അവളുടെ വിരലുകൾ കയ്യിലെടുത്ത് പതിയെ തലോടി.

'ഞാൻ ചില ഒരുക്കങ്ങൾ ചെയ്യട്ടെ.' വടിയും കുത്തി വൃദ്ധ പതിയെ എണീറ്റു.

അവർ വലിയൊരു പരന്ന മൺചട്ടിയിൽ വെള്ളം തിളപ്പിക്കാൻ വച്ചു.

അലക്കിയുണക്കി വച്ചിരുന്ന പരുത്തിത്തുണിയുടെ കഷണങ്ങൾ ഒന്നു കൂടി എടുത്തുനോക്കി. ആവശ്യത്തിന് തികയും. പൊക്കിൾക്കൊടി മുറിക്കാനുള്ള കത്രികയും കെട്ടാനുള്ള നൂലും ഒക്കെ ഒരുക്കി വച്ചു.

മണിക്കൂറുകൾ പതിയെ നീങ്ങിക്കൊണ്ടിരുന്നു. ചാർവിയുടെ പ്രസവവേദനയുടെ തീവ്രത കൂടിക്കൂടി വന്നു. ദാദിമാ ഇടയ്ക്കിടെ അവളുടെ ചുരുങ്ങി വികസിക്കുന്ന വയറിൽ തൊട്ടുതലോടി. ഇളംചൂടുവെള്ളത്തിൽ മുക്കിയ തുണികൊണ്ട് അവളുടെ മുതുകിൽ ആവി പിടിച്ചു. വേദനയ്ക്ക് അത് അല്പം ശമനമേകി.

കളിമണ്ണ് മെഴുകിയ നിലത്ത് ഒരു പുൽപ്പായ വിരിച്ചിരുന്നു. അതിന്റെ പരുപരുപ്പിൽ ചാർവി തളർന്നുകിടന്നു. അടിവയറ്റിൽ അള്ളിപ്പിടിയ്ക്കുന്ന വേദനയുടെ തിരമാലകൾക്ക് ശക്തി കൂടിക്കൊണ്ടിരുന്നു.

'ദാദിമാ ശരീരം രണ്ടായി മുറിഞ്ഞുപോകുന്നപോലെ.' ചാർവി അവരുടെ ചുളിഞ്ഞ കൈകളിൽ മുറുകെപ്പിടിച്ചു.

അത് കണ്ടുനിൽക്കെ ദാദിമായുടെ കണ്ണു നിറഞ്ഞു.

പ്രത്യേകം തയ്യാറാക്കിയ ഔഷധക്കൂട്ടിൽ നിന്ന് ഒരു അളവുപാത്രത്തിൽ ദാദിമാ അവൾക്കൊരു മരുന്ന് കുടിക്കാൻ കൊടുത്തു.

'എത്ര വലിയ നോവേറ്റുകൊണ്ടാണ് ഒരു മനുഷ്യജന്മം മറ്റൊന്നിനെ ഈ ഭൂമിയിലേക്ക് ആനയിക്കുന്നത്! ചില വേദനകൾ ഒരിക്കലും പറഞ്ഞു മനസ്സിലാക്കാൻ ആവുകില്ല. അറിഞ്ഞുതന്നെ ആവണം.' അവർ ആത്മഗതം ചെയ്തു. എന്നിട്ട് ശുഷ്കമായ തന്നെ അടിവയറിൽ തൊട്ടു.

ഗ്രാമത്തിലെ ഒട്ടേറെപ്പേരുടെ പ്രസവമെടുത്തിട്ടുണ്ട് അവർ. ഗ്രാമക്കാരുടെ സ്വന്തം പതിച്ചി. എങ്കിലും അവർക്ക് ഒരു കുഞ്ഞിനെ ഗർഭം ധരിക്കാനോ പ്രസവിക്കാനോ സാധിച്ചില്ല. ഒരു പക്ഷേ അതാവണം തന്നെ ഒരു വയറ്റാട്ടിയാക്കിയത്. ദാദിമാ ദീർഘമായി നിശ്വസിച്ചു. പ്രപഞ്ചലീലകൾ എത്രയോ നിഗൂഢം!

ചാർവിയുടെ വേദനപൂണ്ട ഞരക്കമാണ് അവരെ ചിന്തകളുടെ ദീർഘയാത്രകളിൽനിന്ന് വർത്തമാനകാലത്തിലേക്ക് തിരികെ വലിച്ചത്.

ദാദിമാ അവളെ ആശ്വസിപ്പിച്ചുകൊണ്ട് ഒരിറക്ക് വെള്ളം കുടിക്കാൻ കൊടുത്തു. ചാർവി നന്നേ തളർന്നിരുന്നു.

അവർ തുണിക്കഷണങ്ങൾ അവൾക്കരികിൽ നിരത്തി. ചട്ടിയിലെ തിളച്ച വെള്ളത്തിൽ കത്രികയും.

ഒരു അതിതീവ്ര വേദനയിൽ ചാർവി പായയിൽ കിടന്ന് പുളഞ്ഞു. ഒ

രു ബോധക്കേടിന്റെ വക്കിലെത്തിയിരുന്നു അവൾ.

'എനിക്ക് തല കറങ്ങുന്നു. ഞാൻ മരിച്ചുപോകും.' ചാർവി കരഞ്ഞു.

ദാദിമാ അവളുടെ വയറ്റിൽ കുഞ്ഞിന്റെ സ്ഥാനം തൊട്ടു നോക്കി. കുഞ്ഞിന്റെ തല അവളുടെ അരക്കെട്ടിന്റെ അസ്ഥികൾക്കിടയിലൂടെ താഴേയ്ക്ക് ഇറങ്ങിയിട്ടുണ്ട്. ഇനി അധികം താമസമില്ല.

ചാർവി വിയർത്തു കുളിച്ച് പായയിൽ കിടന്നു.

'രണ്ട് ജീവൻ ഒരേ ശരീരത്തിലോ അതോ, ഒരേ ജീവൻ രണ്ട് ശരീരത്തിലോ?' വേദനയുടെ തിരമാലകൾക്കിടയിലെ ഇത്തിരി ശാന്തതയിൽ ചാർവി തളർച്ചയോടെ ഓർത്തു.

ചിന്തകൾ തലച്ചോറിൽ കെട്ടുപിണയുന്നു. എന്തൊരു മിഥ്യാ കാഴ്ചകൾ. അചേതനാവിഹ്വലതകൾ!

അവളുടെ ഓർമ്മകൾ ഒരു നിമിഷം കൽമണ്ഡപത്തിലെ തണുത്ത നിലത്തെ ഒന്നുചേരലിലേക്ക് സഞ്ചരിച്ചു.

അനുഭൂതികൾ നോവിന്റെ വിത്തുകൾ പാകുന്നു. ആഗ്രഹങ്ങളിൽ നിന്ന് ആകുലതകൾ പിറക്കുന്നു.

ഹാ! ഈ ജന്മം എത്ര വേദനാഭരം!

നോവിന്റെ ഒരു വമ്പൻ തിരമാല കൂടി അവളിൽ ഉത്ഭവിക്കേ, ബോധത്തിനും അബോധത്തിനുമിടയിലെ നൂൽപ്പാലത്തിലൂടെ അവൾ സഞ്ചരിച്ചുകൊണ്ടിരുന്നു.

'കുഞ്ഞിന്റെ തല കാണുന്നുണ്ട്.' ദാദിമായുടെ വേവലാതിപ്പെട്ട സ്വരം മഞ്ഞുമലകൾക്ക് അപ്പുറത്തു നിന്നെന്നപോലെ അവളുടെ കാതിൽ പതിഞ്ഞു.

'ഒന്നൂടെ ആഞ്ഞു മുക്ക്.' ദാദിമാ അവളെ കുലുക്കി വിളിച്ചു.

സർവ്വശക്തിയും ചേർത്തുവച്ച് ചാർവിയുടെ തളർന്ന ശരീരം അവസാനത്തെ ശ്രമം നടത്തി. ഒരു പിടച്ചിൽ അവളിൽനിന്ന് വഴുതി പുറത്തേക്ക് വന്നു.

കുഞ്ഞിന്റെ കരച്ചിൽ കേൾക്കുന്നുണ്ടോ? ചാർവി കാതോർത്തു.

കണ്ണ് തുറക്കാൻ പറ്റുന്നില്ല. ഒന്നും അറിയാൻ പറ്റുന്നില്ല. ജീവൻ ശരീരത്തിൽനിന്ന് വേർപെട്ടപോലെ....

അവൾ ബോധക്കേടിന്റെ മഞ്ഞുപടലങ്ങളിലൂടെ ആഴ്ന്നാഴ്ന്നു പോയി.

ദാദിമാ അവളെ കുലുക്കി വിളിച്ചു. ഒരു പ്രതികരണവും അവളിൽനിന്ന് ഉണ്ടായില്ല.

അവൾ പെറ്റിട്ട കുഞ്ഞിന്റെ പിഞ്ചുശരീരത്തിലേക്ക് ദാദിമാ ആധിയോടെ നോക്കി.

അകത്തെ കോലാഹലങ്ങൾ കേട്ടുകൊണ്ട് അവരുടെ വിശ്വസ്തനായ സഹായി ദുർഗ്ഗേഷ് പുറത്തെ മുറ്റത്ത് ഉണ്ടായിരുന്നു. അകത്ത് ഇപ്പോൾ അനക്കമൊന്നും കേൾക്കാത്തതിനാൽ അയാൾ വേവലാതിയോടെ മുറ്റത്ത് അങ്ങോട്ടുമിങ്ങോട്ടും നടക്കുന്നുണ്ടായിരുന്നു.

അന്നു പകലും രാത്രിയും ചാർവി ബോധമറ്റു കിടന്നു. ദാദിമാ അവൾക്ക് കാവലിരുന്നു.

രക്തവാർച്ച കുറഞ്ഞിരുന്നു. അവർ അവളെ പുതപ്പ് പുതപ്പിച്ച് കിടത്തി. ഇടയ്ക്കിടെ നെറ്റിയിൽ കൈത്തലം ചേർത്തു നോക്കി. ഇളം ചൂടുണ്ട്. രാത്രി മുഴുവൻ അവർ ഉറങ്ങാതെ അവൾക്കരികിലിരുന്നു.

'പാവം പെൺകുട്ടി. എന്തൊക്കെ അനർത്ഥങ്ങളാണ് വന്നുപെടുന്നത്.' അവർ സഹതാപത്തോടെ അവളുടെ വിളറിയ കാൽവണ്ണകളെ തിരുമ്മി ചൂടുപിടിപ്പിച്ചുകൊണ്ടിരുന്നു.

പിറ്റേന്ന്, അടിവയറ്റിൽ അള്ളിപ്പിടിക്കുന്ന നോവാണ് ചാർവിയെ ഉണർത്തിയത്. അവൾ പതിയെ കണ്ണുതുറന്നു. താൻ എവിടെയെന്ന് ആദ്യം അവൾക്ക് ഓർമ്മ കിട്ടിയില്ല. മയക്കത്തിൽനിന്ന് കുതിച്ചു ചാടാൻ തലച്ചോറ് കൊതിക്കുന്നു.

പതിയെ അവൾ ഓർത്തെടുത്തു.

'ദാദിമാ... എന്റെ കുഞ്ഞെവിടെ?' അരികിൽ കിടന്ന് ഉറങ്ങിപ്പോയ വൃദ്ധയെ അവൾ കുലുക്കി വിളിച്ചു.

എഴുന്നേൽക്കാൻ ചാർവിക്ക് പറ്റുമായിരുന്നില്ല. പേശികൾ നുറുങ്ങിപ്പോകുന്ന വേദന.

'മോളേ ആ കുഞ്ഞിനെ നിനക്ക് വിധിച്ചിട്ടില്ല. അത് പോയി. നീ അതിനെ മറന്നേക്കൂ.' വൃദ്ധ ക്ഷീണിച്ച സ്വരത്തിൽ പറഞ്ഞു. എന്നിട്ട് ദു:ഖത്തോടെ അവളുടെ നെറുകിൽ തലോടി.

ചാർവിക്ക് അലറിക്കരയണമെന്നു തോന്നി. ഈ ദുരിതങ്ങളത്രയും സഹിച്ചത് ഒരു കുഞ്ഞു സന്തോഷത്തിനാണ്. ഇനി?

ഇത്തിരി നടക്കാമെന്നായപ്പോൾ അവൾ കുടിലിന്റെ തിണ്ണയിൽ ചാരി ഇരുന്നു.

'എന്റെ കുഞ്ഞിനെ എവിടെയാണ് അടക്കം ചെയ്തത്?' അവൾ

ചോദിച്ചു.

മുറ്റത്തിന്റെ അരികിൽ ഇളകിക്കിടന്ന മണ്ണിലേക്ക് ദാദിമാ വിരൽ ചൂണ്ടി.

ചാർവി നെഞ്ചുപൊട്ടി കരഞ്ഞു. ചിലപ്പോൾ പ്രതിമപോലെ ഇരുന്നു.

ദാദിമായുടെ സ്നേഹനിർബ്ബന്ധത്തിനു വഴങ്ങി ജീവൻ നിലനിർത്താൻ മാത്രം ആഹാരം കഴിച്ചു. മുടി ചീകിയൊതുക്കാനോ കുളിക്കാനോ അവൾ മെനക്കെട്ടില്ല. ഒരു തീവ്രവിഷാദത്തിന്റെ ചുഴിയിലേക്ക് അവളുടെ മനസ്സ് വീണുപോയിരുന്നു. കുടിലിന്റെ മുൻവശത്തുള്ള ചെറിയ മൺകൂനയിലേക്ക് നോക്കിയിരുന്ന് അവൾ രാപ്പകൽ കഴിച്ചു.

മുലപ്പാൽ തിങ്ങി അവളുടെ മാറിടം വിങ്ങി ചുവന്നു. വേദനകൊണ്ട് അവൾ വിമ്മിട്ടപ്പെടുമ്പോൾ ദാദിമാ നനഞ്ഞ തുണികൊണ്ട് അവളുടെ മാറിടം പൊതിഞ്ഞുവച്ചു.

കുഞ്ഞിനെ ഓർത്തോർത്തിരിക്കെ അവളുടെ മാറിടങ്ങൾ ചുരക്കുകയും അനാഥമാക്കപ്പെട്ട പാൽത്തുള്ളികൾ അടിയാടയെ നനയ്ക്കുകയും ചെയ്തു. അവൾ മാറിടത്തിൽ കൈകൾ പിണച്ചുവച്ചു കരഞ്ഞു.

ഒരു രാത്രിയിൽ മുറ്റത്ത് എന്തോ ശബ്ദം കേട്ടാണ് ദാദിമാ ഉണർന്നത്. ചാർവിയെ അരികിൽ കണ്ടില്ല. അവർ ആയാസപ്പെട്ട് പുറത്തെത്തി.

ചാർവി മുറ്റത്തെ കൊച്ചു മൺകൂന മാന്തുകയായിരുന്നു. ദാദിമാ ഒന്നു പരിഭ്രമിച്ചു.

അവളുടെ മുഖത്തും ദേഹത്തും മണ്ണ് പുരണ്ടിരുന്നു. മുടി അഴിഞ്ഞുലഞ്ഞ് കിടക്കുന്നു.

'എനിക്കെന്റെ കുഞ്ഞിനെ കാണണം.' അവൾ പുലമ്പിക്കൊണ്ടിരുന്നു.

ദാദിമാ കുറേനേരം അവളെ ചേർത്തു പിടിച്ച് അവിടെയിരുന്നു. എന്നിട്ട് അവളുടെ കൈപിടിച്ച് കുടിലിലേക്ക് കൊണ്ടുപോയി.

ദിവസങ്ങൾ നീങ്ങുന്തോറും ചാർവിയുടെ അസ്വാസ്ഥ്യം കൂടിക്കൂടി വന്നു. അഭിമുഖീകരിക്കാനാവാത്ത വിഷാദങ്ങൾ അവളുടെ പകലുകളെയും ഇരുട്ടിലേക്ക് കൂട്ടിക്കൊണ്ടുപോയി. അങ്ങിനെയിരിക്കെ ദാദിമാ വീട്ടിലില്ലാതിരുന്ന ഒരു ദിനം അവൾ അവിടെനിന്ന് ഇറങ്ങി നടന്നു.

ലക്ഷ്യരഹിതമായ അടുത്ത ജീവിത അദ്ധ്യായത്തിലേക്ക്...

'കെട്ടിയാട്ടത്തിനൊടുവിൽ എത്രയഴിച്ചുവയ്ക്കാൻ നോക്കിയിട്ടും ഭാരം കൂടിക്കൊണ്ടേയിരിക്കുന്ന ചമയമാണ് ജീവിതം. രക്തം പൊടിയുന്ന

പാതകൾ, മഞ്ഞുപെയ്ത ഇടവഴികൾ. ഇടയിലെപ്പഴോ ഒരു വസന്തത്തിൻ ആദ്യസ്പർശം, അവസാനത്തേതും?

ഉത്തോലകങ്ങളുടെ ആർത്തനാദങ്ങളിൽ ഞാൻ എന്നെ കുരുക്കിയിട്ടിരുന്നു. എങ്കിലും പുലരിവെട്ടത്തിൻ നറും ശോഭയിൽ ഞാനൊരു ശലഭമായ് പരിണമിച്ചു.

ജീവിതം വച്ചുനീട്ടിയതൊക്കെയും ഇവിടെ ഉപേക്ഷിക്കുന്നു ഞാൻ. പരിത്യാഗത്തിൻ അഭൗമപുഷ്പം തേടി അലഞ്ഞേയിരിക്കുന്നു. കാലത്തിൻ സൂചിയാൽ തുന്നിച്ചേർത്തവ ആത്മത്യാഗത്താൽ അഴിക്കുവാൻ.'

സ്വയം തേടൽ

ആ ദിശയറിയാ സഞ്ചാരം ചാർവിയെ കൊണ്ടെത്തിച്ചത് ബനാറസിൽ ആയിരുന്നു.

മനസ്സ് കൈവിട്ടകലുമ്പോൾ മതങ്ങളൊരു പിടിവള്ളിയാകുന്നതോ? അതോ എല്ലാ ദുഃഖങ്ങൾക്കും അപ്പുറമുള്ള സത്യത്തെ തിരയുന്നതോ?

അവൾക്ക് നിശ്ചയമില്ലായിരുന്നു.

ബനാറസിന്റെ തെരുവുകളിൽ അവൾ ദിവസങ്ങളോളം അലഞ്ഞു. ആയുസ്സില്ലാതെ പിറന്ന കുഞ്ഞിനായി പ്രാർത്ഥനകൾ നേർന്നു.

പട്ടിണി കിടന്നു. മനസ്സു നൊന്തു കരഞ്ഞു. ഗംഗയുടെ തീരത്തെ ഘാട്ടുകളിൽ ഉപവാസമിരുന്നു.

പരശതം ആളുകൾ അവളെക്കടന്നു പോയി.

ദഹിപ്പിക്കപ്പെടുന്ന ദേഹങ്ങളിൽനിന്ന് മാംസഗന്ധമുയർത്തി ആത്മാക്കൾ സ്വതന്ത്രരാകുന്നുണ്ടോ? പുകച്ചുരുളുകളിലേക്ക് അവൾ നിർന്നിമേഷം നോക്കി.

എല്ലാം നഷ്ടപ്പെട്ടിട്ടും ബാക്കിയായ ശരീരവും പേറി ഭ്രാന്തദിനങ്ങൾ പിന്നെയും കടന്നുപോയി. തിരക്കുപിടിച്ച ഗലികൾ അവളുടെ അസ്വാസ്ഥ്യം കൂട്ടി. അവൾ അവ കഴിവതും ഒഴിവാക്കാൻ ശ്രമിച്ചു.

കരിങ്കല്ല് പാകിയ ഇടുങ്ങിയ ഇടവഴിയിലൂടെ പതിയെ നടന്നു നീങ്ങുമ്പോഴാണ് ചാർവിക്ക് തല കറങ്ങിയത്. ഒരു ചുഴിയുടെ നടുവിലെന്നപോലെ ചുറ്റുമുള്ളതൊക്കെയും അവളെ ചുറ്റി അതിവേഗം ചലിച്ചു. നേരിയൊരു മുരൾച്ചയോടെ അവൾ ചെളിയുണങ്ങിയ കൽപ്പാതയിലേക്ക് വീണു.

ബോധം തെളിഞ്ഞപ്പോൾ ഒരു പഴയ കെട്ടിടത്തിന്റെ തറയിൽ വിരിച്ച കട്ടിത്തുണിയിൽ കിടക്കുകയായിരുന്നു അവൾ. ചില്ലു പൊട്ടിയ ജനാലയിലൂടെ മങ്ങിയ സൂര്യപ്രകാശം മുറിയിലേക്ക് ചിതറി വീണുകൊണ്ടിരുന്നു. അവൾ പതിയെ എണീറ്റിരുന്നു.

അപ്പോൾ, കാവി വസ്ത്രധാരിയായ ഒരാൾ മുറിയിലേക്ക് കടന്നുവന്നു. അയാളുടെ മുഖത്ത് ദയ നിഴലിച്ചിരുന്നു.

Smitha

'കിടന്നോളൂ' പതിഞ്ഞ ശബ്ദത്തിൽ അയാൾ പറഞ്ഞു.

'നിങ്ങൾ ബോധംകെട്ട് വീണിരുന്നു. തെരുവിലെ കച്ചവടക്കാരാണ് നിങ്ങളെ ഇവിടെയെത്തിച്ചത്.'

'ഞാൻ എവിടെയാണ്?' അവൾ തളർന്ന ശബ്ദത്തിൽ ചോദിച്ചു.

'ഇത് ബനാറസിലെ ഒരു ബുദ്ധാശ്രമമാണ്. പേടിക്കേണ്ട. വിശ്രമിച്ചോളൂ.' കാവി വസ്ത്രധാരി വാതിൽ ചാരി പുറത്തേക്ക് നടന്നു.

കുറച്ചു സമയത്തിനു ശേഷം അവൾക്കു ഭക്ഷണവുമായി ഒരു ചെറിയ പയ്യൻ അവിടേയ്ക്ക് വന്നു. അവൾ ഭിത്തിയിൽ ചാരിയിരുന്ന് അത് സാവധാനം കഴിച്ചു.

ആശ്രമത്തിലെ ദിവസങ്ങൾ അവളിൽ കുറച്ചൊക്കെ സമാധാനം നിറച്ചു. കൈവിട്ടുപോയ മനസ്സ് കുറേയൊക്കെ പൂർവ്വാവസ്ഥയിലേക്ക് തിരികെയെത്തുന്നു.

ചാർവി ആശ്രമത്തിലെ സന്യാസിനികൾക്കൊപ്പം സമയം ചിലവഴിച്ചു. അലഞ്ഞു പോകുന്ന ചിന്തകളെ ഒട്ടൊന്ന് വരുതിയിൽ വരുത്തുവാൻ അവൾക്ക് സാധിച്ചു.

'ചാർവീ, നിനക്ക് നന്നെന്നു തോന്നുന്നെങ്കിൽ ഞങ്ങളോടൊപ്പം ചേരാം.' ഒരു ദിവസം ആശ്രമാധികാരി പറഞ്ഞു.

അവൾക്ക് അതിനുത്തരം പറയാൻ വലിയൊരു ആലോചനയുടെ ആവശ്യമില്ലായിരുന്നു.

ചാർവി എന്ന രാജസ്ഥാനി പെൺകുട്ടിയിൽനിന്ന്, സാരമതി എന്ന ബുദ്ധസന്യാസിനിയുടെ വ്യത്യയം ക്രമമായും ചിട്ടയോടെയും മുന്നോട്ടു പോയി.

വർഷങ്ങളുടെ ധ്യാനവിചിന്തനങ്ങൾ അവളിൽ ആത്മ ശരീര പരിവർത്തനങ്ങൾ നടത്തി.

കുറച്ചു വർഷങ്ങൾക്കു ശേഷം ബുദ്ധാശ്രമത്തിന്റെ ഒരു ബ്രാഞ്ച് ഇംഗ്ലണ്ടിൽ തുറന്നപ്പോൾ, അവിടേയ്ക്ക് പോകേണ്ടവരുടെ ലിസ്റ്റിൽ സാരമതിയും ഉണ്ടായിരുന്നു. പൂർവ്വ ജന്മത്തെ ഉപേക്ഷിച്ച് സ്വയം വരിച്ച പ്രവാസത്തിലേക്ക് അവർ നിസ്സംഗതയോടെ സഞ്ചരിച്ചു.

സന്തോഷത്തിനും ദു:ഖത്തിനുമിടയിലെ രണ്ടുമല്ലായ്മയുടെ നിർമമത്വത്തിലൂടെ വർഷങ്ങൾ കടന്നുപൊയ്ക്കൊണ്ടിരുന്നു. എങ്കിലും ചില നേരങ്ങളിൽ മനസ്സൊരു ചെറുകാറ്റിലലിഞ്ഞ് ഓർമ്മകളിലൂടെ യാത്ര ചെയ്യുമ്പോൾ, കയ്യിൽ എന്നും സൂക്ഷിച്ചിരുന്ന പഴയ ഡയറിയെ അവർ സ്വന്തം കുഞ്ഞിനേപ്പോലെ ആശ്ലേഷിച്ചു.

'മധുകർ, നിങ്ങൾക്കൊരു കത്ത് എഴുതണമെന്ന ആഗ്രഹം അഹത്തിനും അവബോധത്തിനും ഇടയിലെ അടങ്ങാത്ത വിലോഭനമായി എന്റെ ചിന്തകളെ ഞെരുക്കും. അപ്പോൾ, ഞാൻ എന്റെ കുഞ്ഞിന്റെ മുഖം എങ്ങിനെയാവുമെന്ന് ഓർക്കും. അതിന് ലഭിക്കാതെ പോയെന്ന് ഞാൻ കരുതുന്ന എൺപത് മനുഷ്യവർഷങ്ങളെ ഓർക്കും. ആ കുഞ്ഞ് കാണാതെപോയ വെയിലിനെ, മഴയെ, മഞ്ഞിനെ, പൂക്കളെ, കിളികളെ, മരങ്ങളെ, മനുഷ്യരെ, ഒക്കെ ഓർക്കും. എന്റെ മാർവ്വിടമപ്പോൾ വിങ്ങി ചുരക്കുന്നതുപോലെ തോന്നും. അപ്പോൾ ഞാൻ എന്റെ ആത്മാവിനെയും ശരീരത്തേയും കൂടുതൽ പീഡകളിലേക്ക് നയിക്കും. ആ മരവിപ്പിൽ മനസ്സിന്റെ വേദനകൾ ഒട്ടൊന്ന് മാറി നിൽക്കും. ഞാൻ ചെയ്തുവെന്ന് എന്റെ ബന്ധുക്കളും ഉറ്റവരും നിശ്ചയിച്ച കുറ്റത്തിനല്ല, എന്നിലൂടെ ഒരു കുരുന്നിന്റെ ജീവൻ ചോർന്നുപോയതിന് ഞാൻ എനിക്ക് വിധിക്കുന്ന ശിക്ഷ. പതിറ്റാണ്ടുകൾക്കപ്പുറം, വിധിവശാൽ ഒരു പക്ഷേ നിങ്ങളീ കുറിപ്പുകൾ കണ്ടെത്തുമെങ്കിൽ, വർഷങ്ങളുടെ ഇടവേളകൾ തിരശ്ശീലയിട്ട ജീവിത രംഗങ്ങളിൽ ചിലതെങ്കിലും നിങ്ങളുടെ പ്രജ്ഞയിലെ ഓർമ്മയുടെ വിടവുകൾ നികത്താൻ ഉപകരിക്കുമെങ്കിൽ, എനിക്ക് ഒരു കാര്യം ആവശ്യപ്പെടണമെന്നുണ്ട്.

നിങ്ങൾക്ക് സാധിക്കുമെങ്കിൽ നമ്മുടെ കുഞ്ഞിനെ അടക്കം ചെയ്തയിടത്ത് ഒരിക്കൽ പോകണം. എനിക്ക് നിങ്ങളോടുള്ള ആദ്യത്തേതും അവസാനത്തേതുമായ അപേക്ഷ.'

ത്രാണം

ഡയറി വായിച്ച് തീർത്തപ്പോഴേക്കും മധുകറിന്റെ മുഖം ചുവന്നു വിങ്ങിയിരുന്നു. പൊഴിയാത്ത കൺതുള്ളികൾ കെട്ടിനിന്ന് കണ്ണുകൾ കലങ്ങിയിരുന്നു.

വികാരങ്ങളുടെ നീർച്ചുഴിയിൽ പെട്ടുപോയി അയാൾ. ഓർമ്മകൾ കൂട്ടമായി വന്ന് ഞെരുക്കിയപ്പോൾ മനസ്സിന്റെ പിരിമുറുക്കം കൂടി. ചാർവി ഇനിയില്ല. പക്ഷേ അവളുടെ ആഗ്രഹം പൂർത്തിയാക്കേണ്ടതുണ്ട്.

ഇത്രയും ദുരിതം സഹിച്ചിട്ടും എന്റെ ജീവൻ ഒറ്റിക്കൊടുക്കാതിരുന്നവളേ, എത്രമാത്രം നമ്മൾ സ്നേഹിച്ചിരുന്നു!

പല ചിന്തകളാൽ ഞെരുക്കപ്പെട്ട് ആ രാത്രി മുഴുവൻ അയാൾ ഉറങ്ങാതെ കഴിച്ചു കൂട്ടി. ആരോടും അനുവാദം ചോദിക്കാനില്ലായിരുന്നു. പിറ്റേന്നു രാവിലെതന്നെ മധുകർ രഘ്വന്ദി ഗ്രാമത്തിലേക്ക് പുറപ്പെട്ടു.

ഇത്രയും അരികിൽ ചാർവി ഉണ്ടായിരുന്നിട്ടും അറിയാതെ പോയല്ലോ. യാത്രയിൽ അയാൾ ഹതാശനായി നെറ്റി തിരുമ്മി.

ചാർവിയുടെ ഡയറിയിൽ പറഞ്ഞതിനേക്കാൾ ഗ്രാമം ഒരുപാട് മാറിയിരിക്കുന്നു. ഇത്തിരി കൂടി മെച്ചമായ വീടുകൾ, ചെറുവഴികൾ.

ദാദിമായുടെ വീടന്വേഷിച്ചെങ്കിലും, അങ്ങിനെയൊരു സ്ത്രീയെക്കുറിച്ച് അവർക്ക് അറിയില്ല. ഇനിയെന്തു ചെയ്യണമെന്ന് ആലോചിച്ചു നിൽക്കേ അയാൾക്ക് വല്ലാതെ ദാഹിച്ചു.

രാവിലെ പ്രാതൽ കഴിക്കാതെയാണ് മധുകർ ഇറങ്ങിയത്. സത്യത്തിൽ വിശപ്പു തോന്നിയിരുന്നില്ല. ദാഹം അകറ്റാൻ അരികിൽ കണ്ട ഒരു ചെറിയ കടയിലേക്ക് ചെന്നു.

മധുരമിട്ട, തണുത്ത *നീംബു ഷിക്കാഞ്ചി ചുണ്ടോടു ചേർത്തപ്പോൾ അയാൾക്ക് തെല്ല് ആശ്വാസം തോന്നി.

കടയുടെ സൈഡിൽ പടുത കെട്ടിയ ചെറിയ വിശ്രമയിടത്തെ ബെഞ്ചിൽ അയാൾ തളർച്ചയോടെ ഇരുന്നു.

'സാബ്ജീ, നിങ്ങൾ ഇവിടെ പുതിയതാണോ?' നരപ്പൻ താടിയുള്ള കടക്കാരൻ ലോഹ്യഭാവത്തിൽ ചോദിച്ചു.

(*നീംബു ഷിക്കാഞ്ചി - നാരങ്ങ ചേർത്ത ഒരു നോർത്തിന്ത്യൻ ശീതള പാനീയം)

'അതേ, ഞാനിവിടെ ഒരാളെ അന്വേഷിച്ചിറങ്ങിയതാണ്. പക്ഷേ കണ്ടില്ല.' മധുകർ പറഞ്ഞു.

'അതുകൊള്ളാം, ഇവിടെ ഞാനറിയാത്ത ആൾക്കാരില്ല. നിങ്ങൾക്ക് ആരെയാ കാണണ്ടെ?'കടക്കാരന് ഉത്സാഹമായി.

'ദാദിമാ എന്നൊരു പേരേ എനിക്കറിയൂ. കുറച്ചു വയസ്സുള്ള സ്ത്രീയാണ്. അവർ ഒരു വയറ്റാട്ടിയാണെന്നാണറിവ്.' മധുകർ പ്രത്യാശയോടെ പറഞ്ഞു.

'നിങ്ങൾ പറയുന്ന സ്ത്രീയെ എനിക്കറിയാമായിരുന്നു. പക്ഷേ, അവര് മരിച്ചുപോയിട്ടിപ്പോൾ കുറച്ചു വർഷങ്ങൾ കഴിഞ്ഞല്ലോ.' കടക്കാരൻ അരികിലിരുന്ന വിശറിയെടുത്ത് വീശിക്കൊണ്ട് ആലോചനയോടെ പറഞ്ഞു.

അയാൾ എണിറ്റുപോയി വായിലെ മുറുക്കാൻ കൂട്ട് കടയുടെ പിന്നാമ്പുറത്തേക്ക് നീട്ടിത്തുപ്പി.

മധുകറിന് അതുകേട്ട് ആധി കൂടി.

'അവരുടെ വീട് എവിടെയാണെന്ന് പറയാമോ?' ശീതള പാനീയത്തിന്റെ ഗ്ലാസ് തിരികെക്കൊടുത്തിട്ട് മധുകർ ചോദിച്ചു.

'ഇവിടന്ന് പത്ത് മിനിട്ട് നടക്കണം. റോഡിന്റെ വലതു വശത്തായി ഒറ്റയ്ക്കൊരു പഴയ വീടുണ്ട്. അതിന്റെ മുറ്റത്തൊരു റൊഹിദ മരവും.' കടക്കാരൻ പറഞ്ഞു.

മധുകർ തലയാട്ടി.

'വീടു തെറ്റില്ല. ആ മരം ഇവിടുത്തുകാർക്ക് ഒരു അടയാളമാണ്. ദാദിയുടെ വയസ്സുകാലത്ത് അവരെ നോക്കിയ ഒരാളാണ് അവിടെയിപ്പോൾ താമസം. ദുർഗ്ഗേഷെന്ന് ആൾക്ക് പേര്. ദാദിയുടെ സഹായിയായിരുന്നു കുറേക്കാലം. ആ സ്ത്രീ മരിച്ചപ്പോൾ പിന്നെ അയാൾ ആ വീട്ടിൽ താമസമാക്കി.' ഭാംഗിന്റെ ലഹരിയിൽ ചെറുതായി കുഴയുന്ന വാക്കുകളോടെ കടക്കാരൻ പറഞ്ഞു.

മധുകറിന് പ്രതീക്ഷയുടെ ഒരു തരി വീണുകിട്ടിയിരുന്നു.

കടക്കാരനോട് യാത്ര പറഞ്ഞ് മധുകർ വേഗം അവിടെനിന്ന് ഇറങ്ങി. നടന്നുചെന്നപ്പോൾ ഇത്തിരി ദൂരെനിന്നേ കണ്ടു. ആ മരം. തന്റെ മുറ്റത്തുള്ള അതേ പൂമരം.

പണ്ട് ചാർവിയുടെ കഴുത്തിലണിയിച്ച മാലയിലെ പൂക്കളെ അയാൾ പെട്ടെന്ന് ഓർമ്മിച്ചു. തിടുക്കത്തിൽ നടന്നെത്തി ആ മരത്തിൽ അയാൾ തൊട്ടു.

'ആരാ?'

പിന്നിൽ നിന്നൊരു സ്വരം കേട്ടാണ് മധുകർ ഞെട്ടിത്തിരിഞ്ഞത്.

വടിയും കുത്തിപ്പിടിച്ച് വയസ്സായ ഒരാൾ പുതപ്പു പുതച്ച് വീടിന്റെ മുറ്റത്തേക്കു വന്നു.

'എന്റെ വീട്ടിലുമുണ്ട് ഇതേ മരം.' മധുകർ പറഞ്ഞു.

'ഓ, അതിവിടെ താമസിച്ച ഒരു പെണ്ണ് നട്ടു വച്ചതാണ്. ഓരോ ഭ്രാന്തുകൾ.' മധുകറിന് കുളിരുന്നതു പോലെ തോന്നി.

'ചാർവി? അവൾ നട്ടതാണോ ഈ മരം?' അയാൾക്ക് തൊണ്ടയിൽ സങ്കടം വിങ്ങി.

'നിങ്ങൾക്ക് അവളെ അറിയാമോ?' മധുകർ ആകാംക്ഷയോടെ ചോദിച്ചു.

'ഓ, ആ പെങ്കൊച്ചിന്റെ കാര്യം കഷ്ടമാ. ഏതോ കേൾവികേട്ട കുടുംബക്കാരി. അവൾ ഒരു ബന്ധത്തിലായിരുന്നത്രേ. കല്ല്യാണം കഴിച്ചെന്നാ ദാദിയോടു പറഞ്ഞെ. ഏതോ കൊഴപ്പത്തിൽപ്പെട്ടു. ഗർഭിണിയായപ്പോൾ ജീവനുംകൊണ്ട് ഓടിപ്പോന്നതാ ഇങ്ങോട്ട്.' ദുർഗ്ഗേഷ് പറഞ്ഞു.

മധുകറിന് ശ്വാസംവിലങ്ങുന്നതു പോലെ തോന്നി.

'അവളേയും കുഞ്ഞിനേയും അറിയുമായിരുന്നോ?' മധുകർ വൃദ്ധന്റെ കൈകളിൽ പിടിച്ചുകൊണ്ട് ക്ഷീണത്തോടെ ചോദിച്ചു.

'ഇതൊക്കെ ചോദിക്കാൻ നിങ്ങളാരാ? വൃദ്ധൻ സംശയത്തോടെ മധുകറിനെ നോക്കി.

'അവൾ എന്റെ പെണ്ണായിരുന്നു. അവളുടെ വയറ്റിൽ എന്റെ കുഞ്ഞും.' മധുകറിന്റെ ശബ്ദം നേർത്തുപോയിരുന്നു.

വൃദ്ധൻ അതുകേട്ട് ഞെട്ടി. ഒരക്ഷരം മിണ്ടാതെ അയാൾ തിരിച്ച് വീടിന്റെ വരാന്തയിൽ പോയിരുന്നു.

മധുകർ അയാളുടെ അടുത്തേക്ക് ചെന്നു.

കുറച്ചു നേരം രണ്ടു പേരും മൗനമായിരുന്നു. മറവിയിൽ നിന്ന് ഓർമ്മകളെ തിരഞ്ഞുപിടിക്കാനെന്നോണം.

'ചാർവി ഇപ്പോൾ ജീവിച്ചിരിപ്പില്ല.' മധുകർ നിശബ്ദതയെ മുറിച്ചു.

'അവളെ കാണാതായപ്പോൾ ഞാൻ ഒരുപാട് അന്വേഷിച്ചു. പക്ഷേ ഒരു വിവരവും കിട്ടിയിരുന്നില്ല.'

ദുർഗ്ഗേഷ് തലയാട്ടി കേട്ടിരുന്നു.

ഒരു പാട് വർഷങ്ങൾക്കു ശേഷം, അവൾ എഴുതിവച്ചിരുന്ന ഒരു ഡയറി എനിക്കു കിട്ടി. അങ്ങനെയാണ് ഈ സ്ഥലത്തെക്കുറിച്ച് ഞാൻ അറിയുന്നത്.' മധുകർ വൃദ്ധന്റെ കണ്ണുകളിലേക്ക് നോക്കി. അയാളുടെ കൃഷ്ണമണികളിലെ വെളുത്ത വൃത്തങ്ങൾ അമാവാസിയിലേക്ക് ചരിക്കു

ന്ന ചന്ദ്രനെ ഓർമ്മിപ്പിച്ചു.

'ഞങ്ങളുടെ മരിച്ചുപോയ കുഞ്ഞിനെ കിടത്തിയിരിക്കുന്നിടത്ത് ഞാൻ എത്തണമെന്നത് അവളുടെയും ആഗ്രഹമായിരുന്നു.' മധുകറിന്റെ തൊണ്ടയിടറി.

വൃദ്ധൻ ഏറെ നേരം മൗനം ഭജിച്ചു. എന്നിട്ട് മധുകറിന്റെ കൈകളിൽ പിടിച്ചുകൊണ്ട് പതിഞ്ഞ ശബ്ദത്തിൽ പറഞ്ഞു:

'ആ കുഞ്ഞിന്റെ കുഴിമാടം നിങ്ങൾക്ക് ഇവിടെ കാണാൻ സാധിക്കില്ല. കാരണം, പ്രസവസമയത്ത് ആ കുഞ്ഞ് മരിച്ചിരുന്നില്ല.'

മധുകർ അതുകേട്ട് ഞെട്ടലോടെ കണ്ണുകളുയർത്തി. ദുർഗ്ഗേഷിന്റെ വാക്കുകൾ ഭൂതകാലത്തിന്റെ കഥകളും പേറി ഒഴുകിപ്പരന്നുകൊണ്ടിരുന്നു. ചാർവിയുടെ പ്രസവസമയത്ത് പുറംസഹായിയായി ദുർഗ്ഗേഷ് ഉണ്ടായിരുന്നല്ലോ!

ചാർവി അന്ന് പ്രസവിച്ചിട്ട കുഞ്ഞിന്റെ അവസ്ഥ കണ്ട് ദാദിമാ ഭയന്നുപോയിരുന്നു. അവർ സഹായത്തിനായി ദുർഗ്ഗേഷിനെ അകത്തേക്ക് വിളിച്ചു.

'ഇത്രയും നാളിനിടയിൽ ഇങ്ങനെ ഒരു ജനനത്തിന് സാക്ഷ്യം വഹിക്കേണ്ടിവന്നിട്ടില്ല.' അവർ പിറുപിറുക്കുന്നതുപോലെ അയാളോട് പറഞ്ഞു.

ദാദിമാ കുഞ്ഞിന്റെ ദേഹമാകെ പരിശോധിച്ചു.

കുഞ്ഞിന് മേൽച്ചുണ്ട് ഇല്ലായിരുന്നു. ഗുഹ്യഭാഗത്തേക്ക് നോക്കിയപ്പോൾ, കുഞ്ഞ് ആണോ പെണ്ണോ എന്ന് ഉറപ്പിക്കാനും സാധിച്ചില്ല.

കുഞ്ഞ് കരയുന്നുണ്ടായിരുന്നില്ല. എങ്കിലും കൈകാലുകൾ ഇളക്കുന്നുണ്ടായിരുന്നു. എന്തായാലും ജീവനുണ്ട്. ദാദിമാ അടുത്ത നീക്കങ്ങളെക്കുറിച്ച് ആലോചിച്ചു.

ചാർവി ഒന്നുമറിയാതെ അപ്പോൾ ബോധമറ്റ് കിടക്കുകയായിരുന്നു.

ദാദിമാ ശ്രദ്ധാപൂർവ്വം കുഞ്ഞിന്റെ പൊക്കിൾക്കൊടി മുറിച്ചു. എന്നിട്ട് രക്തം വാർന്നുപോകാതിരിക്കാൻ ചരടുകൊണ്ട് മുറുകെ കെട്ടി. കുഞ്ഞിനെ ഇളം ചൂടുവെള്ളത്തിൽ കുളിപ്പിച്ച് തുടച്ചെടുത്തു. കുഞ്ഞ് കൈകാലിളക്കുന്നതല്ലാതെ കരഞ്ഞതേയില്ല.

ദാദിമാ കുഞ്ഞിനെ ശ്രദ്ധാപൂർവ്വം വൃത്തിയുള്ള പഴന്തുണിയിൽ പൊതിഞ്ഞു.

'ഇതിന് മുലപ്പാൽ നുണയുവാൻ സാധിക്കുമെന്ന് തോന്നുന്നില്ല. ഏറിയാൽ രണ്ടു ദിവസം. അതിൽക്കൂടുതൽ ജീവിക്കില്ല.' ദുർഗ്ഗേഷിനോട്

പറഞ്ഞിട്ട് അവർ നെടുവീർപ്പിട്ടു.

കുഞ്ഞിനെ അവർ ചാർവിയുടെ അരികിൽ കിടത്തി. എന്നിട്ട് ഇനിയെന്ത് വേണമെന്ന് ചിന്തിച്ചുകൊണ്ടിരുന്നു.

സമയാസമയം മറുപിള്ളയും പുറത്തെത്തി. ഒരുപാട് രക്തം നഷ്ടപ്പെട്ടിരുന്നു.

വളരെ ചിന്തിച്ച ശേഷം ദാദിമാ ദുർഗ്ഗേഷിന് ചില നിർദ്ദേശങ്ങൾ നൽകി. ദാദിമായുടെ വിശ്വസ്തനായ കയ്യാളായിരുന്നല്ലോ അയാൾ!

'ദുർഗ്ഗേഷ്, എനിക്ക് നിന്റെ സഹായം വേണം.' അയാൾ മനസ്സിലാകാത്തതുപോലെ ദാദിമായെ നോക്കി.

'അവൾ പെറ്റ കുഞ്ഞ് ഈ അവസ്ഥയിൽ ഏറിയാൽ രണ്ടു ദിവസത്തിൽ കൂടുതൽ ജീവിക്കില്ല.'

അവർ പിന്നെയും പറഞ്ഞു: 'നീ ഈ കുഞ്ഞിനെ ടൗണിലുള്ള അനാഥാലയത്തിൽ എത്തിക്കണം. ഒരു പക്ഷേ അവർക്ക് എന്തെങ്കിലും ചികിത്സ ചെയ്ത് ഇതിന്റെ ജീവൻ രക്ഷിക്കാനായെങ്കിലോ.' ദാദിമാ പറയുന്നതു കേട്ട് ദുർഗ്ഗേഷ് കുറച്ചുനേരം തല ചൊറിഞ്ഞുനിന്നു.

കിഴവിക്ക് അതുകണ്ട് ദേഷ്യം വന്നു.

'കറങ്ങിത്തിരിഞ്ഞു നിക്കാതെ ഞാൻ പറയുമ്പോലെ കേട്ടോണം.' അവർ അയാളെ ശാസിച്ചു.

ദാദിമാ ചാർവിയുടെ അരികിൽനിന്ന് പതിയെ കുഞ്ഞിനെ എടുത്തു.

വാത്സല്യത്തോടെ അതിന്റെ നെറുകയിൽ ചുംബിച്ചു.

'പ്രിയപ്പെട്ട കുഞ്ഞേ നിന്റെ ജീവൻ രക്ഷിക്കാൻ ഇതല്ലാതെ വേറെ വഴിയില്ല.' അവർ പിറുപിറുത്തു.

കുഞ്ഞിനെ സാവധാനം അവർ ചാർവിയുടെ കവിളുകളോട് ചേർത്തു. ഗോതമ്പുവർണ്ണത്തിൽ അതിന്റെ കവിളുകൾ അവളുടേതുമായി വളരെ സാമ്യപ്പെട്ടു. ആദ്യത്തെയും അവസാനത്തെയും സ്പർശനം.

വേർപാടിന്റെ മുൻഗാമിയാണ് ഓരോ കൂടിച്ചേരലും. ദാദിമാ വിഷമത്തോടെ ഓർത്തു.

അവർ കുഞ്ഞിനെ ദുർഗ്ഗേഷിന്റെ കൈകളിലേക്ക് വച്ചുകൊടുത്തു. അയാൾ കനപ്പെട്ട നെഞ്ചിലേക്ക് ആ ഇളംചൂട് ചേർത്തുവച്ചു. കുഞ്ഞ് ഒന്ന് ഇളകിയിട്ട് അയാളുടെ നെഞ്ചിലേക്ക് പറ്റിച്ചേർന്നു.

'പൊയ്ക്കോളൂ. ഇപ്പോൾ പുറപ്പെട്ടാലേ രാത്രി അവിടെ എത്തുകയുള്ളു. ഒത്തിരി താമസിച്ചാൽ കുഞ്ഞ് മരിച്ചേക്കും. വഴിയിൽ ഇടയ്ക്കിടെ ഇത്തിരി വെള്ളം ഇറ്റിച്ച് കൊടുക്കണം.'

ഒരു ചെറിയ ഓട്ടുപാത്രത്തിൽ തിളപ്പിച്ചാറ്റിയ വെള്ളം ദാദിമാ അ

യാൾക്ക് നീട്ടി.

ദുർഗ്ഗേഷ് തന്റെ തോളിലെ ഭാണ്ഡത്തിലേക്ക് ശ്രദ്ധാപൂർവ്വം അത് വച്ചു. എന്നിട്ട് മണലിൽ കുത്തി നടക്കാനുള്ള നീളൻ വടിയുമെടുത്ത് ആൾസഞ്ചാരമില്ലാത്ത മൺവഴിയിലേക്കിറങ്ങി.

അയാൾ കുഞ്ഞിനെ നെഞ്ചോട് ചേർത്തുപിടിച്ചിരുന്നു. ഉച്ചസൂര്യൻ സർവ്വശക്തിയിൽ പ്രതിഷേധം രേഖപ്പെടുത്തിക്കൊണ്ടിരുന്നു. ദുർഗ്ഗേഷ് സാവധാനം മണൽക്കാടുകൾ താണ്ടി യാത്ര തുടർന്നു.

ഓരോരുത്തർക്കും താന്താങ്ങളുടെ പ്രവൃത്തിക്ക് ഒരു ന്യായീകരണമുണ്ടാവും. വൃദ്ധ നെടുതായ് നിശ്വസിച്ചു.

ചാർവി ഒന്നും അറിയാതെ ബോധമറ്റു കിടന്നു. ഇതൊക്കെ കണ്ടുകേട്ട്, സമയം നിശബ്ദസഞ്ചാരം തുടർന്നുകൊണ്ടിരുന്നു.

'സാബ്, എന്താ പറ്റിയെ? വിയർക്കുന്നല്ലോ!' ദുർഗ്ഗേഷിന്റെ നരച്ച ശബ്ദമാണ് മധുകറിനെ വർത്തമാനകാലത്തിലേക്ക് തിരികെ കൊണ്ടുവന്നത്.

'ദാദിമാ പറഞ്ഞിട്ടാണ് അന്നു ഞാൻ ആ കുഞ്ഞിനെ ടൗണിലുള്ള അനാഥാലയത്തിലേക്ക് കൊണ്ടുപോയത്. കുറച്ചു ദിവസമെങ്കിലും അത് ജീവിച്ചിരിക്കട്ടെ എന്നു വിചാരിച്ചു'.

'പക്ഷേ, കുഞ്ഞ് മരിച്ചെന്നാണ് ആ പെങ്കൊച്ചിനോട് ദാദി പറഞ്ഞത്. അല്ലെങ്കിലും അതങ്ങിനെ ആയിരുന്നല്ലോ. ഒരമ്മയ്ക്ക് സഹിക്കാൻ പറ്റുന്ന അവസ്ഥയിലായിരുന്നില്ല ആ പിറവി.'

'എത്ര ദിവസം ആ കുഞ്ഞ് ജീവിച്ചോ എന്തോ!' വൃദ്ധൻ ആത്മഗതമെന്നോണം പറഞ്ഞു. മധുകറിന് ചങ്കു പറിഞ്ഞുപോകുന്നതുപോലെ തോന്നി. കുഞ്ഞുങ്ങളുടേതു പോലുള്ള ഒരേങ്ങൽ അയാളിൽനിന്ന് ഉയർന്നു.

'ആ പെങ്കൊച്ച് വല്യ വിഷമത്തിലായിരുന്നു. ഒരു ദിവസം കുഞ്ഞിനെ കാണണമെന്നു പറഞ്ഞ് മറുപിള്ള കുഴിച്ചിട്ട സ്ഥലം മാന്തിയെന്നൊക്കെ ദാദിമാ പറഞ്ഞു.' ദുർഗ്ഗേഷ് ഓർത്തെടുത്തു.

കുഞ്ഞിന്റെ കുഴിമാടമെന്നു കരുതി അവൾ ഭ്രാന്തിയെപ്പോലെ അതിനെ തിരഞ്ഞത് ഡയറിയിൽ വായിച്ച കാര്യം മധുകർ ഓർത്തു.

വിധി പലപ്പോഴും ന്യായരഹിതമാണ്. മധുകർ ചവർപ്പോടെ ഓർത്തു. അമ്മയാകുന്നത് ഒരു ജീവനെ മുളപ്പിക്കലാണ്. അതിനെയോർത്ത് കരഞ്ഞാണ് അവൾ ഓരോ ദിവസങ്ങളും നീക്കിയത്.

'അവളെ സഹായിക്കണമെന്നേ ഞങ്ങൾക്കുണ്ടായിരുന്നുള്ളു. കു

ഞ്ഞുണ്ടായ ശേഷം അവൾ അധികനാൾ ഇവിടെ നിന്നില്ല.' ദുർഗ്ഗേഷ് പിന്നെയും പറഞ്ഞു.

'സാബ്ജീ, നിങ്ങൾ ആ ഓർഫനേജിൽ ചോദിച്ചാൽ ചിലപ്പോൾ കൂടുതൽ അറിയാൻ പറ്റിയേക്കും.' വൃദ്ധൻ വിഷമത്തോടെ പറഞ്ഞു.

മധുകർ പതിയെ എണീറ്റു. നന്ദിയോടെ വൃദ്ധന് കൈകൂപ്പി.

പോക്കറ്റിൽനിന്ന് കുറച്ച് രൂപയെടുത്ത് അയാളുടെ കൈകളിൽ വച്ചുകൊടുത്തു.

'ഇത് വച്ചോളൂ. ഞാൻ വരാൻ ഒരുപാട് താമസിച്ചുപോയി.'

മധുകറിന്റെ രൂപം ദൂരെ മറയുവോളം വൃദ്ധൻ അയാളെത്തന്നെ നോക്കിനിന്നു.

അംബരി

നേരം ഉച്ചകഴിഞ്ഞിരുന്നു. കടുത്ത ചൂടിന്റെ ആലസ്യത്തിൽ രാജസ്ഥാനിലെ പചേരി ഗ്രാമം ഉറക്കം തൂങ്ങുകയായിരുന്നു. കണ്ണെത്താ ദൂരത്തോളം കമഴ്ത്തിവച്ച മൺപാത്രങ്ങൾപോലെ മണൽപ്പരപ്പുകൾ. മരുക്കാറ്റിന്റെ അനക്കങ്ങൾക്കനുസരിച്ച് കുന്നുകളുടെ അളവാകൃതികൾ മാറിക്കൊണ്ടിരുന്നു.

മരക്കമ്പുകൾകൊണ്ട് അതിർത്തി കെട്ടിയ ചെറിയ വീടുകളാണ് ഏറെയും. അവിടെ പക്ഷേ, ഒരു വീടിനു ചുറ്റും മാത്രം പച്ചപ്പ് എഴുന്നുനിന്നിരുന്നു. മരുഭൂവിലൊരു മരീചികപോലെ തോന്നിപ്പിക്കുന്ന കുഞ്ഞു പച്ചമേട്.

'അംബരീ'

പുറത്തുനിന്ന് വിളിയൊച്ച.

പകലുറക്കത്തിന്റെ ക്ഷീണത്തിൽനിന്ന് അംബരി ഞെട്ടിയുണർന്നു. വിളിയൊച്ച കേട്ടുവോ? അവൾ പിന്നെയും കാതോർത്തു.

അതേ, കമലയുടെ ശബ്ദം കേൾക്കുന്നുണ്ട്. തന്റെ പേരു വിളിച്ച് വാതിലിൽ മുട്ടുന്നുമുണ്ട്. അംബരി ഉറക്കത്തിൽ ഉലഞ്ഞുപോയ വസ്ത്രങ്ങൾ നേരെ പിടിച്ചിട്ട്, ഉറക്കച്ചടവോടെ മരക്കട്ടിലിൽ എഴുന്നേറ്റിരുന്നു. ക്ഷീണത്തിന്റെ കാന്തികവലയം അവളുടെ ശരീരത്തെ പിന്നെയും ഉറക്കത്തിലേക്ക് പിടിച്ചു വലിച്ചുകൊണ്ടിരുന്നു.

ഇന്നലെയും ഇഷ്ടികക്കളത്തിൽ എല്ലു മുറിയുന്ന പണിയുണ്ടായിരുന്നു. ഇന്ന് അവധി ദിവസമായതിനാൽ ഒത്തു കിട്ടിയ ഉച്ചയുറക്കം അവൾ ചേർത്തുപിടിച്ചതാണ്.

വാതിൽക്കൽ പിന്നെയും മുട്ടു കേട്ടു.

'അംബരീ നീ ഇതിനുള്ളിലുണ്ടെന്ന് എനിക്കറിയാം. എണീറ്റുവന്ന് വാതിൽ തുറക്ക്.' കമലയുടെ വാക്കുകളിൽ നല്ല തിടുക്കം.

അംബരിക്ക് ദേഷ്യം വന്നു.

ആഴ്ചയിലൊരിക്കൽ മാത്രം ഉച്ചയുറക്കത്തിനായി കിട്ടുന്ന അവസരമാണ്.

ദാവണിയുടെ അറ്റം ഇടുപ്പിന്റെ സൈഡിൽ കുത്തിയിട്ട്, അവൾ മുടി വാരിക്കെട്ടി. എന്നിട്ട് മരപ്പലകകൾ തറച്ചുണ്ടാക്കിയ വാതിൽ തുറന്നു.

കമലയെ ശകാരിക്കാനായി ഒരു നൂറ് വാക്കുകൾ അംബരി കരുതിവച്ചിരുന്നു. പക്ഷേ വാതിൽ തുറന്നതും അവൾ ഒന്നു പകച്ചു.

കമലയോടൊപ്പം ഒരാൾ കൂടിയുണ്ട്. ഒരു അപരിചിതൻ!

'എന്തൊരുറക്കമാ ഇത്! ആരേലും നിന്നെ എടുത്തോണ്ടുപോയാലും അറിയില്ലല്ലോ.' കമല ദേഷ്യപ്പെട്ടു.

ഉറക്കം കെടുത്തിയ കമലയെ തിരിച്ച് ശകാരിക്കണമെന്നുണ്ടായിരുന്നെങ്കിലും, അവളുടെ ഒപ്പമുള്ള അപരിചിതനെ ശ്രദ്ധിച്ചുകൊണ്ട് അംബരി ചോദിച്ചു:

'ആരാ ഇത് കമലാ?'

'എനിക്കറിഞ്ഞൂട. നീ തന്നെ ചോദീര്. നിന്നെത്തിരക്കി വന്നതാ. ഒരുപാട് ദൂരേന്ന്.'

അത്ഭുതത്താൽ അംബരിയുടെ കണ്ണുകൾ വിടർന്നു. ആരും ഇതുവരെ തന്നെ തിരക്കി വന്നതായി ഓർമ്മയിലില്ല. ചോരക്കൊതിപിടിച്ച പിമ്പുകളല്ലാതെ.

ഇനി ഇയാൾ അങ്ങിനെയെന്തെങ്കിലും? ഓർത്തപ്പോൾ അവൾക്ക് ഓക്കാനം വന്നു. മുന്നിൽ നിൽക്കുന്നയാൾ കുർത്തയാണ് ധരിച്ചിരുന്നത്. മുടി വശങ്ങളിൽ നരച്ചിട്ടുണ്ട്. കണ്ണുകളിൽ ഒരു സാത്വികഭാവം. കാശിന് പഞ്ഞമുള്ള ആളെന്ന് തോന്നിയില്ല.

ഇവറ്റകളെയൊന്നും വിശ്വസിച്ചു കൂടാ. അംബരി മനസ്സിൽ പറഞ്ഞു. എന്നിട്ട് ശബ്ദത്തിന് കനം വരുത്തി അവൾ ചോദിച്ചു:

'ആരാ?' പരുപരുക്കൻ ശബ്ദം.

അയാൾ അവളെ നിർന്നിമേഷം നോക്കി നിൽക്കയായിരുന്നു. ഏതാനും നിമിഷാർദ്ധങ്ങളിൽ ഒരു നൂറു ചിത്രങ്ങൾ മനസ്സിൽ മിന്നിമാഞ്ഞു.

ചാർവിയുടെ അതേ ഛായ!!

മധുകറിന് തല കറങ്ങുന്നതുപോലെ തോന്നി.

മനപ്രയാസവും, അന്തരീക്ഷത്തിലെ ചൂടും അയാളെ വളരെ തളർത്തിയിരുന്നു. ചാണകം മെഴുകിയ മുറ്റത്തേക്ക് അയാൾ കുഴഞ്ഞുവീണു.

അംബരിയും കമലയും അതുകണ്ട് അന്ധാളിച്ചുപോയി. അവർ രണ്ടാളും കൂടി അയാളെ താങ്ങിയെടുത്ത് അവളുടെ കുടിലിന്റെ ഇറയത്തേക്ക് മാറ്റി.

ബോധം തെളിയുമ്പോൾ മധുകർ കുടിലിന്റെ തിണ്ണയിൽ ഇട്ടിരുന്ന ചെറിയ കയറ്റുകട്ടിലിൽ കിടക്കുകയായിരുന്നു.

സൂര്യൻ താഴ്ന്നിട്ടുണ്ടായിരുന്നു.

അയാൾ ഉണർന്നെന്നു കണ്ട് അംബരി അയാളുടെ അരികിലെത്തി.

'ഇവിടെ ഡോക്ടറൊന്നുമില്ല. ആശുപത്രി വളരെ ദൂരെയാണ്.' ശബ്ദത്തിന് ആവുന്നത്ര മയം വരുത്തിക്കൊണ്ട് അവൾ പറഞ്ഞു.

'സാരമില്ല. ഇപ്പോ ഞാൻ ഓക്കെയാണ്. ചൂട് സഹിക്കാൻ പറ്റിയില്ല. ബ്ലഡ് പ്രഷറും കൂടുതലാണ്.'

അതുകേട്ട് അംബരി ചിരിച്ചു.

'കുടിക്കാൻ എന്തേലും കൊണ്ടരാം.' അവൾ അടുക്കളഭാഗത്തേക്ക് പോയി.

പാത്രങ്ങൾ തട്ടുന്നതും മുട്ടുന്നതുമായ നേരിയ ശബ്ദങ്ങൾ കേൾക്കുന്നുണ്ടായിരുന്നു. അല്പനേരത്തിനു ശേഷം ചായയും പലഹാരവുമായി അവൾ തിരിച്ചെത്തി.

'കഴിച്ചോളൂ. ക്ഷീണം മാറട്ടെ.' അംബരി പറഞ്ഞു.

മധുകർ പതിയെ കട്ടിലിൽ എണീറ്റിരുന്നു. എന്നിട്ട് കോപ്പയിലെ ചായ പതിയെ ഊതിക്കുടിച്ചു.

എന്തെന്നറിഞ്ഞില്ല, അയാൾക്ക് തൊണ്ടയിൽ സങ്കടം വിങ്ങി. കണ്ണീര് ഒഴുകാനാവാതെ കണ്ണുകൾ ചുവന്നുപോയി.

'എന്റെ കുഞ്ഞേ.' അയാൾ മൗനമായി വിളിച്ചു.

'എന്തിനാണ് എന്നെത്തിരക്കി ഇവിടെയെത്തിയത്?' അയാളുടെ ചിന്തകളെ മുറിച്ചുകൊണ്ട് അംബരി ലേശം ആകാംക്ഷയോടെ ചോദിച്ചു.

മധുകർ മറുപടി പറയാതെ ചായ കുടിച്ചുകൊണ്ടിരുന്നു. കോപ്പ തിരിച്ചുകൊടുത്തിട്ട് അയാൾ അരികിലുണ്ടായിരുന്ന തോൾബാഗിൽനിന്ന് ഒരു പഴയ പുസ്തകം എടുത്ത് അവൾക്ക് നീട്ടി.

'ഈ ഡയറി നിന്റെ അമ്മയുടേതാണ്. നീ ജനിച്ചെന്ന് നിന്റെ അച്ഛനായ എനിക്ക് അറിയുമായിരുന്നില്ല. നീ ജീവനോടെയുണ്ടെന്ന് നിന്റെ അമ്മയ്ക്കും.'

കേട്ടത് വിശ്വസിക്കാനാവാതെ അംബരി ഏറെനേരം നിശ്ചലയായി ഇരുന്നു. ആ പഴയ ഡയറി അവൾ മാറോട് ചേർത്തു പിടിച്ചു.

അമ്മയെന്ന വാക്ക്, നെഞ്ചിന് കുറുകെ കുത്തിയിറക്കിയ ഒരു കഠാര പോലെയായിരുന്നു അവൾക്ക്. കൊല്ലാതെ കൊല്ലുന്ന ചിന്തകളിലേക്കൊരു താക്കോൽ വാക്ക്.

തൊണ്ടയിൽ സങ്കടം തിക്കുമുട്ടിയപ്പോൾ അവളുടെ മിഴികളിൽനിന്ന് തുള്ളികൾ അടർന്ന് ഡയറിയിലേക്ക് പതിച്ചു. ആ പഴയ താളുകളിൽ തൊട്ടപ്പോൾ അവളുടെ ഹൃദയം മൃദുവായി. അമ്മയുടെ സ്പർശ

മേറ്റ കടലാസുകളാണ്. അവൾ അത് മുഖത്തോടു ചേർത്ത് പഴയ കടലാസുകളുടെ ഗന്ധം ദീർഘമായി വലിച്ചെടുത്തു. എന്നിട്ട് പതിയെ അതിന്റെ താളുകൾ തുറന്നു.

മറഞ്ഞിരുന്ന ഭൂതകാലത്തിന്റെ ചിത്രങ്ങൾ മൂടുപടം നീക്കി വെളിപ്പെട്ടുകൊണ്ടിരുന്നു. അംബരി അതിലൂടെ ഒരു ശിശുവിനേപ്പോലെ അത്ഭുതാതിരേകത്തോടെ സഞ്ചരിച്ചു.

ചിരിച്ചു.

കരഞ്ഞു.

'എന്നിൽ നിന്നൊരു നക്ഷത്രം പിറന്നു. പ്രകാശിക്കുവാൻ ഒരു രാത്രിപോലും അവകാശമില്ലാത്ത കുഞ്ഞുനക്ഷത്രമേ, എന്നോട് ക്ഷമിക്കുക.'

അമ്മയുടെ വരികളിലൂടെ വായിച്ചു പോകവേ അംബരി ഇതുവരെ അറിയാതിരുന്ന ഒരു ലോകത്തിനു കൂടി വേണ്ടപ്പെട്ടവളായി. ജീർണ്ണതയോടടുത്ത ആ ഡയറിത്താളുകളിലൂടെ അവൾ സാരമതിയെന്ന ചാർവിയെ, സ്വന്തം അമ്മയെ അറിഞ്ഞു.

തൊട്ടു.

ഓരോ പേജുകൾ മറിയുമ്പോഴും വിവിധ വികാരങ്ങൾ അവളെ കീഴടക്കി. ഡയറി വായിച്ചു കഴിഞ്ഞപ്പോഴേക്കും അവളുടെ മുഖം ചുവന്നും, കണ്ണുകൾ കലങ്ങിയും കാണപ്പെട്ടു.

നീണ്ടുനിന്ന നിശബ്ദതയ്ക്ക് വിരാമമിട്ടുകൊണ്ട് അംബരി നനഞ്ഞ ശബ്ദത്തിൽ മധുകറോട് സംസാരിച്ചുതുടങ്ങി.

'എന്റെ ചെറുപ്പകാലത്തിന്റെ ഓർമ്മകളേറെയും വിശപ്പിന്റേതും ദാരിദ്ര്യത്തിന്റേതുമാണ്.'

അനാഥാലയത്തിലെ ജീവിതത്തിന്റെ ഫ്ളാഷ് ബാക്കുകൾ മുള്ളാണികൾ പോലെ അവളുടെ വാക്കുകളിൽ എഴുന്നുനിന്നു. ഭൂതകാലത്തിന്റെ ഘടികാരമണികൾ പിൻനടത്തം തുടർന്നുകൊണ്ടിരുന്നു.

'രാജ് മന്ദിർ ഓർഫനേജിൽ എന്നും ദാരിദ്ര്യമായിരുന്നു. അരവയർ പട്ടിണി നിത്യജീവിതത്തിന്റെ ഭാഗം. കുശിനിക്കാരിയായ ലച്ചുബായിക്ക് എന്നോട് സഹതാപം നിറഞ്ഞ സ്നേഹം.' അംബരി നെടുവീർപ്പിട്ടു.

'കരഞ്ഞു മടുത്ത ദിനങ്ങളിൽ അമ്മയെന്നു നിനച്ച് ഞാൻ അവരെ കെട്ടിപ്പിടിച്ച് കിടന്നിട്ടുണ്ട്. അവർ പറഞ്ഞാണ് അനാഥാലയത്തിലേക്കു

ള്ള എന്റെ വരവും മറ്റു കാര്യങ്ങളും ഞാൻ ഓർത്തുവയ്ക്കുന്നത്.' അംബരി പറഞ്ഞുകൊണ്ടിരുന്നു.

'തീജ് ഉത്സവത്തിന്റെ ദിനങ്ങളിലൊന്നിലായിരുന്നു ദുർഗ്ഗേഷ് എന്നയാൾ എന്നെ ഓർഫനേജിൽ കൊണ്ടുകൊടുത്തത്. ഓർഫനേജിലെ രജിസ്റ്ററിൽ എന്റെ പേര് 'തീജ്' എന്നുതന്നെ ചേർത്തു അവർ.' അംബരി വിഷാദത്തോടെ ചിരിച്ചു.

'അവിടുത്തെ അധികാരി എന്നെ അടുത്തുള്ള ആശുപത്രിയിലാക്കി. ആദ്യത്തെ ഒരു വർഷത്തെ ജീവിതത്തിന്റെ കൂടുതൽ പങ്കും ഞാൻ ആശുപത്രിയിലാണ് ചിലവിട്ടതെന്ന് ലച്ചുബായി പറഞ്ഞിട്ടുണ്ട്. എന്റെ ശരീരത്തിൽ എന്തൊക്കെയോ ഓപ്പറേഷനുകൾ ചെയ്തത്രേ. വയറ്റിൽ ട്യൂബിട്ടായിരുന്നു കുറേക്കാലം ദ്രാവക ആഹാരം തന്നിരുന്നത്. ആരുടെയൊക്കെയോ കരുണകൊണ്ട് ആ ദുരിതകാലം ഞാൻ അതിജീവിച്ചു.' അംബരി നെടുവീർപ്പിട്ടു.

'ദാലും ചാവലും തിന്നു രുചി മറന്ന നാവിലേക്ക്, അപൂർവ്വമായ ആഘോഷങ്ങളിൽ ലച്ചുബായി ഉണ്ടാക്കിത്തരുന്ന ഇത്തിരി മധുരം ഞങ്ങൾക്ക് ഉത്സവമായിരുന്നു.'

അംബരി പറഞ്ഞുകൊണ്ടിരുന്നു.

'അവർ മരിച്ച ശേഷം പിന്നെ ഒരുപാടു നാൾ ഞാനവിടെ നിന്നില്ല. അനാഥാലയത്തിന്റെ നടത്തിപ്പുകാരൻ രാത്രിയിൽ ഞങ്ങൾ കുട്ടികളെ തേടി വരുമായിരുന്നു.'

കണ്ണിൽ ഉപ്പുനീരു വീണതുപോലെ അംബരി മിഴികൾ അമർത്തിത്തുടച്ചു.

'സഹിച്ചു മടുത്ത ഒരു രാത്രിയിൽ ഞാനും രണ്ട് കൂട്ടുകാരും അവിടുന്ന് ഓടിപ്പോയി.' അംബരി ദീർഘമായി നിശ്വസിച്ചു.

'തെരുവു ജീവിതം ഓർഫനേജിലേക്കാൾ ദുരിതമായിരുന്നു. ആരുടെയൊക്കെയോ കൈമറിഞ്ഞ് ഒടുവിൽ ഈ ഇഷ്ടികപ്പാടത്ത് എത്തിനിൽക്കുന്നു.' വേദനകൊണ്ടപോലെ അംബരി ഏങ്ങി.

'ജീവിതത്തിന്റെ പുതിയ ഉപകഥയിൽ ഞാൻ എനിക്ക് നൽകിയ പേരാണ് അംബരി.' അവൾ നിറകണ്ണുകളോടെ ചിരിച്ചു.

'എനിക്ക് പലപ്പോഴും എന്നെ പ്രസവിച്ച സ്ത്രീയോട് ദേഷ്യം തോന്നിയിട്ടുണ്ട്. അവരുടെ സുഖാചരണത്തിന്റെ ബാക്കിപത്രമായ എന്നെ ഈ വിധം ഉപേക്ഷിച്ചതിൽ. പക്ഷേ ഇപ്പോൾ സത്യങ്ങളെല്ലാമറിയുമ്പോൾ, എന്നെക്കാൾ അവർ സഹിച്ചുവെന്ന് തോന്നുന്നു.' അംബരി ആ ഡയറി മുറുകെപ്പിടിച്ചു.

മധുകർ അവൾ പറയുന്നത് കേട്ട് ഇരുന്നു.

'ഞാൻ ഇപ്പോൾ വല്ലപ്പോഴും ഓർഫനേജിൽ പോകാറുണ്ട്. പഴയ നടത്തിപ്പുകാരൊക്കെ മാറി. ഞാൻ ചെല്ലുന്നത് കുട്ടികൾക്ക് സന്തോഷമാണ്. എന്നെക്കൊണ്ട് കഴിയുന്ന ചെറിയ സഹായങ്ങൾ ചെയ്യാറുണ്ട്.' അംബരി പറഞ്ഞു.

'അംബരീ, നീ അവിടെ തിരികെ ചെന്നതുകൊണ്ടു മാത്രമാണ് എനിക്കു നിന്നെ കണ്ടെത്താൻ കഴിഞ്ഞത്. ഡയറിയിലെ വിവരമനുസരിച്ച് ഞാൻ ദാദിമായെ തിരക്കിപ്പോയിരുന്നു. അവിടെയുള്ള ചിലരാണ് ദുർഗ്ഗേഷിനെ കാണിച്ചുതന്നത്. അയാളാണ് നിന്നെ ഓർഫനേജിൽ കൊടുത്ത കാര്യം പറഞ്ഞത്.' മധുകർ പറഞ്ഞു.

'ഓർഫനേജിൽനിന്ന് നിന്നെക്കുറിച്ച് എന്തെങ്കിലും വിവരം കിട്ടാൻ വളരെ കഷ്ടപ്പെട്ടു. ഞാൻ കുഴപ്പമുണ്ടാക്കുമെന്ന് അവർ ഭയന്നായിരിക്കാം. പലവട്ടം അവിടെ കയറിയിറങ്ങിയിട്ടാണ് നിന്നേക്കുറിച്ച് ചിലത് അറിയാൻ കഴിഞ്ഞത്.' മധുകർ ദീർഘമായി നിശ്വസിച്ചു.

പോയകാലത്തിന്റെ ഓർമ്മകൾ മേയുന്ന മനസ്സുകളോടെ അവർ ഏറെനേരം സംസാരിച്ചുകൊണ്ടിരുന്നു.

'സാബ് ജി ഇത്ര ദൂരം യാത്ര കഴിഞ്ഞതല്ലേ, ഇന്ന് ഇവിടെ വിശ്രമിച്ചോളൂ. ഇന്നിനി തിരിച്ചു പോകാൻ വാഹനമൊന്നും കിട്ടുമെന്നു തോന്നുന്നില്ല. ഞാൻ അത്താഴമുണ്ടാക്കാം.'

അംബരി എഴുന്നേറ്റ് അടുക്കള ഭാഗത്തേക്ക് നടന്നു.

മധുകർ വരാന്തയിൽനിന്ന് പുറത്തേക്കിറങ്ങി പരിസരമൊക്കെ വീക്ഷിച്ചു. ഈ മണൽക്കാട്ടിൽ പച്ചപ്പു നിർമ്മിക്കാൻ ഇവൾക്കെങ്ങനെ കഴിയുന്നുവെന്ന് അയാൾ അതിശയിച്ചു. അവളുടെ അമ്മയേപ്പോലെ തന്നെ. അയാൾ സന്തോഷത്തിൽ പുഞ്ചിരിച്ചു.

രാത്രിയിൽ റൊട്ടിയും കറിയും കഴിച്ചുകൊണ്ടിരുന്നപ്പോൾ അംബരി നനഞ്ഞ ശബ്ദത്തിൽ പറഞ്ഞു:

'നമുക്ക് ബനാറസിൽ ഒന്നു പോയാലോ? ഏക സന്താനമെന്ന നിലയ്ക്ക് ചില മരണാനന്തര ചടങ്ങുകൾ അമ്മയ്ക്കു വേണ്ടി ചെയ്യണമല്ലോ.'

'നിനക്കത് ബുദ്ധിമുട്ടാവുമോ?' മധുകർ ചിന്തയോടെ അംബരിയെ നോക്കി.

'രാവിലെ തന്നെ ഇഷ്ടികക്കളത്തിലെ സൂപ്പർവൈസറോട് പറഞ്ഞിട്ട് വരാം. പത്തുമണിക്ക് ടൗണിലേക്ക് ഒരു ബസ്സ് പോകുന്നുണ്ട്. അതിൽ വേണം നമുക്ക് പോകാൻ.'

മരക്കട്ടിലിലെ വിരിപ്പ് മാറ്റിയിട്ട് അംബരി അലക്കിയതൊന്ന് വിരിച്ചു.

'ഇവിടെ സൗകര്യങ്ങളൊന്നുമില്ല. ഉള്ളതുകൊണ്ട് അഡ്ജസ്റ്റ് ചെയ്യാമോ? അവൾ മധുകറിനോട് ചോദിച്ചു.

'ഒരു ബുദ്ധിമുട്ടുമില്ല.' അയാൾ സ്നേഹപൂർവ്വം തലകുലുക്കി.

അവൾ ഒരു പായ വിരിച്ച് കട്ടിലിനരികിൽ തറയിൽ കിടന്നു. എന്തെന്നില്ലാത്തൊരു സുരക്ഷിതത്വം അവളെ പൊതിഞ്ഞു.

രാത്രി ഏറെയാകുന്നതുവരെ അവർ ഓരോന്ന് സംസാരിച്ചുകൊണ്ടിരുന്നു. പിന്നെ എപ്പഴോ ഉറങ്ങി. രാവിലെ അംബരി വിളിച്ചപ്പോഴാണ് മധുകർ ഉണർന്നത്.

'എണീറ്റോളൂ. ഇനി താമസിച്ചാൽ വണ്ടി കിട്ടിയേക്കില്ല.'

അവൾ നീട്ടിയ കട്ടൻ ചായ മധുകർ രണ്ടു കയ്യും നീട്ടി വാങ്ങി.

വാഹനത്തിൽ തിങ്ങിനിറഞ്ഞ ഗ്രാമീണർക്കൊപ്പം അവരും ചേർന്നു. നീണ്ട യാത്രയ്ക്കൊടുവിൽ ബനാറസിൽ എത്തിയപ്പോൾ അവർ ഏറെ തളർന്നിരുന്നു.

ലോഡ്ജിൽ മുറിയെടുത്തു.

കുളിച്ചു.

കുറച്ചു വിശ്രമിച്ചു.

പോക്കുവെയിൽ ധൂമപടലങ്ങളിലേക്ക് വെളിച്ചം വിതറുന്ന ശാന്തമായ വൈകുന്നേരമാണ് അംബരിയും മധുകറും സാരമതിയുടെ മരണാനന്തര കർമ്മങ്ങൾക്കായി ഇറങ്ങിയത്.

നിശ്ചിതമായ പൂജാപ്രാർത്ഥനകൾക്കു ശേഷം, സാരമതിയുടെ ഭൗതികാവശിഷ്ടമായി കരുതി ആ ഡയറി അഗ്നിക്ക് സമർപ്പിക്കാൻ അവർ തീരുമാനിച്ചിരുന്നു.

ഓർമ്മകളെ അടക്കം ചെയ്ത ആ പഴയ ദിനസരിക്കുറിപ്പുകളെ തീനാളങ്ങൾ വിഴുങ്ങുന്നതിനു മുൻപ്, അതിലെ അവസാന എൻട്രി മധുകർ ഒന്നുകൂടി വായിച്ചു:

'മധുകർ, ഒരു പക്ഷേ നിങ്ങളെന്നെ മറന്നിട്ടുണ്ടാവാം. വർഷങ്ങളുടെ ഇടമുറിയാപ്രവാഹത്തിൽ നിങ്ങൾ പുതിയ തുരുത്തുകൾ കണ്ടെത്തിയിട്ടുണ്ടാവാം. എങ്കിലും എല്ലാ കോലാഹലങ്ങൾക്കും നടുവിലെ നിശബ്ദതയായി, നിശബ്ദതയിൽ നിറയുന്ന സൗമസ്വരമായി, എന്റെ ശാന്തതകളെ ഇളക്കിമറിക്കുന്ന ഓർമ്മയായി എന്നും നിങ്ങൾ ഉണ്ട്.

ദശാബ്ദങ്ങൾ ഇത്രയും പിന്നിട്ടുവെങ്കിലും നിങ്ങളെന്ന ഓർമ്മയുടെ ശീതളിമയിലേക്കാണ് എന്റെ എല്ലാ വേനലുകളും നടന്നെത്തുന്നത്. എ

*ന്റെ ആത്മാന്വേഷണങ്ങൾക്കോ, പരിത്യക്തതകൾക്കോ ഒന്നിനും ശമിപ്പിക്കാനാവാത്ത *പിപാസ.*

ഒരിക്കലും വേനൽപ്പെടാത്ത മരുപ്പച്ച.

കൊടുംതണുപ്പുള്ള ഇംഗ്ലീഷ് ശീതകാലങ്ങളിൽ, മരവിച്ച കട്ടിലിൽ സ്വയം ശിക്ഷിച്ചു കിടക്കുമ്പോൾ ഒരു നേർത്ത പുതപ്പിന്റെ ചൂടുപോലെ നിങ്ങളുടെ ഓർമ്മകൾ എന്നെ പൊതിയുന്നു.

നിശ്ചിതമല്ലാത്ത ഈ ജീവിതയാത്രയുടെ അടരുകളിലിരുന്ന് ഹൃദയം നീറ്റിയ നാളുകളിൽ, എത്രയോ വട്ടം എന്റെ സ്വപ്നങ്ങളിൽ നിങ്ങൾ വന്നുപോയിരിക്കുന്നു. ഉണരുമ്പോഴും മായാത്തൊരു സത്യമെന്നതുപോലെ ഉൾക്കണ്ണിൽ തെളിഞ്ഞു നിൽക്കുന്നു. തൊടാതെതൊട്ട് എത്ര തവണ നമ്മൾ മൗനമാചരിച്ചിരിക്കുന്നു.

സാരമതി എന്ന രാഗഭരിതമായ രണ്ടാം പേര് ഞാൻ സ്വീകരിച്ചത് നിങ്ങളെ ഓർക്കാൻ വേണ്ടിയാണ്. ഓരോ ചുണ്ടും എന്നെ ആ പേര് ചൊല്ലി വിളിക്കുമ്പോൾ, നിങ്ങളോട് കൂടുതൽ കൂടുതൽ ചേർന്നു നിൽക്കാൻ.

ഒന്നും നിങ്ങൾ അറിയുകയേയില്ല. അറിയരുത്. അതാണ് എന്റെ മോക്ഷമാർഗ്ഗം.'

ആ ഡയറിക്കുറിപ്പിലെ അവസാന ഭാഗം വായിച്ചപ്പോൾ മധുകറിന് കരച്ചിൽ വന്നു. ആണുങ്ങൾ കരയാൻ പാടുണ്ടോ? അറിയില്ല! ഞാൻ ഇന്നും നാട്ടുനടപ്പുകൾ തെറ്റിക്കുന്നുവല്ലോ...

അയാൾ നുറുങ്ങിയ ഹൃദയത്തോടെ ആ ഡയറി അംബരിയുടെ കയ്യിലേക്ക് വച്ചുകൊടുത്തു. അവൾ അല്പനേരം അത് മുറുകെപ്പിടിച്ചു നിന്നു.

ശാന്തി തേടിയിട്ടും വീർപ്പുമുട്ടിയ ഒരു ഹൃദയത്തിന്റെ മോചനത്തിനായി കൊതിച്ചുകൊണ്ട് തീനാവുകളുടെ ആലിംഗനത്തിലേയ്ക്ക് ഡയറിയുടെ താളുകൾ ഓരോന്നായി അവൾ മെല്ലെ ചീന്തിയിട്ടു.

ഓരോ അക്ഷരങ്ങളും അഗ്നിയിൽ എരിഞ്ഞ് മുക്തി തേടുമ്പോൾ മധുകർ അംബരിയെ ചേർത്തുപിടിച്ചു. ഗംഗാ നദിയിൽനിന്ന് മെല്ലെ വീശുന്നൊരു കാറ്റ് സൗമ്യവും സുതാര്യവുമായ ഒരു സ്പർശനംപോലെ അവരെ ചേർത്തുതഴുകി കടന്നുപോയി.

ഒരു പക്ഷേ ഒരു നേർത്ത മറയ്ക്കപ്പുറം അമ്മ ഇതെല്ലാം കാണുന്നുണ്ടാവുമോ? അംബരി ആലോചനയോടെ അച്ഛനോട് ചേർന്നുനിന്നു.

സ്നേഹത്തിന്റെ അഗമ്യമായ അനുഭൂതികൾ ഏറ്റുവാങ്ങുന്നതുപോലെ തീനാളങ്ങൾ കാറ്റിൽ ഇളകിക്കൊണ്ടിരുന്നു. ഹൃദയത്തിലൂടെ ലോ

*പിപാസ – ദാഹം

ലമായ ഒരു വൈദ്യുതപ്രവാഹം കടന്നുപോയോ? മധുകർ കണ്ണുകളടച്ച് കൈകൾ നെഞ്ചോടു ചേർത്തു.

കേവലമായ ഇന്ദ്രിയങ്ങൾക്ക് അനുഭവവേദ്യമല്ലാത്ത പ്രപഞ്ചരഹസ്യങ്ങൾ പിന്നെയും പരിക്രമണം തുടർന്നുകൊണ്ടിരുന്നു.

♦